இந்த இனிய என்றும் பயன்தரும் நூலை பரிசாக வழங்குவதில் பெருமகிழ்வு கொள்ளும்...

தங்கள் அன்புள்ள...

புத்தகங்களுக்கு தரும் தொகை செலவு அல்ல; மூலதனம்...! நர்மதாவின் தரமான பதிப்பில், மலிவான விலையில்...!

உரைநடைத் தமிழில்

ஐம்பெரும் காப்பியங்கள்

- சிலப்பதிகாரம்
- மணிமேகலை
- சீவக சிந்தாமணி
- வளையாபதி
- குண்டலகேசி

கதைச் சுருக்கமும்
எளிய தமிழ் உரையும்

வித்வான்
எம்.நாராயணவேலுப்பிள்ளை

நர்மதா

நர்மதா பதிப்பகம்

நல்ல நூல் வெளியீட்டாளர்கள்
10, நானா தெரு, (தி.நகர் தலைமை
அஞ்சலகத்தை ஒட்டிய தெரு), பாண்டிபஜார்,
தியாகராய நகர், சென்னை - 600 017. ☎ 24334397
செல்லிடபேசிகள்: 98402 26661, 98409 32566, 99400 45044

புதிய நூல்கள்

- ☐ தமிழர் நீதிநெறிக் கருவூலம் (HB) – அ.சா.குருசாமி 70.00
- ☐ 50 தமிழ் அறிஞர்களும் தமிழ் இலக்கியமும் 1767லிருந்து 1980வரை நூறு தமிழறிஞர்களின் விவரங்கள்! (HB) – மு. அப்பாஸ் மந்திரி 150.00
- ☐ நெஞ்சையள்ளும் சிலப்பதிகாரம் (முழுவதும் – உரைநடையில்) (HB) வித்வான் – டாக்டர் துரை.இராஜாராம் 200.00
- ☐ சங்க இலக்கியம் வழங்கும் எட்டுத் தொகை – நாராயண வேலுப்பிள்ளை 80.00
- ☐ சங்க இலக்கியம் வழங்கும் பத்துப்பாட்டு " 95.00
- ☐ சங்க இலக்கியம் வழங்கும் பதினெண் கீழ்க்கணக்கு நூல்கள் " 70.00
- ☐ ரசிக்கவும் சிந்திக்கவும் 150 இலக்கிய நிகழ்ச்சிகள் – எஸ்.சந்திரா 70.00
- ☐ இனியவை நாற்பது, இன்னா நாற்பது சிறுபஞ்சமூலம் – தமிழரசன் 80.00

E-mail : sales@narmadhapathipagam.com
Website : www.narmadhapathipagam.com

Pages : 208

Price : Rs.120.00

❑ Aimperum Kaappiyangal -The Five Classics of Tamil - Synopsis and dissertation by Narayana Velupillai ❑ This Edition : Sep 2022 ❑ Published by R.Janarthanam, Narmadha Pathipagam, Chennai - 600 017 ❑ D.T.P. Execution at : Muthu Graphics Chennai - 15 ❑ Printed at M/s. Sekar Offiset, Chennai - 05 ❑

உட்பொதிவு

1. சிலப்பதிகாரம்

புகார்க் காண்டம்
- அரங்கேற்றம் 8
- இந்திரவிழா 10
- கானல்வரி 12

மதுரைக் காண்டம்
- அடைக்கலம் தருதல் 19
- ஆய்ச்சியர் குரவை 22
- வழக்குரைத்தல் 24
- கட்டுரை 26

வஞ்சிக் காண்டம்
- குன்றக் குரவை 27
- நடுகல் 31
- சிலப்பதிகாரம் ஆராய்ச்சிப் பகுதி 35

2. மணிமேகலை

- இந்திரவிழா 63
- மணிமேகலா தெய்வம் 67
- மணிபல்லவம் 71
- அமுதசுரபி 73
- ஆபுத்திரன் 75
- ஆதிரை பிச்சை இட்டது 79
- உதயகுமாரன் 82
- மணிமேகலையின் மாண்புகள் 96
- தவமும் கற்பும் 100
- புத்தரும், புத்த மதமும் 101

3. சீவக சிந்தாமணி

- நாமகள் இலம்பகம் 116
- காந்தருவ தத்தையார் இலம்பகம் 118
- மண்மகள் இலம்பகம் 124
- பெயர்க்காரணம் 127
- சச்சந்தன் 131
- விசயை 132
- சீவகன் 134
- எண்மரை மணந்த இணையிலா வீரன் 135
- சீவகன் துறவு 137
- யாழ்வென்றி 139

4. வளையாபதி

- கடவுள் வாழ்த்து 168
- மக்கட்பேறு 171
- பொய்யாமை 173
- இளமை நிலையாமை 174
- நட்பு 175
- நல்குரவு 175
- பாசண்டச் சாத்தன் 176

5. குண்டலகேசி

- வாழ்க்கை வரலாறு 177
- சாவந்தி நகரைச் சார்தல் 181
- குண்டலகேசி வாத வினாக்கள் 182
- மெய்த்தவம் 187
- இறைமாட்சி 190
- குற்றங்கடிதல் 191
- இடுக்கண் அழியாமை 192

சமண - பௌத்த சித்தாந்தங்கள்

- ஜைன மதம் 193
- புத்த மதம் 196

முன்னுரை

சிலப்பதிகாரம், மணிமேகலை, சீவக சிந்தாமணி, வளையாபதி, குண்டலகேசி என்ற இந்த ஐந்தும் 'ஐம்பெரும் காப்பியங்கள்' எனப்படும். இவை கி.பி இரண்டாம் நூற்றாண்டு முதல் ஏழாம் நூற்றாண்டு வரை எழுதப்பட்டவையாகும்.

இவை பெரும்பாலும் சமண, பௌத்த சமயங்களைச் சார்ந்தவை எனலாம். இவற்றில் திருக்குறளின் கருத்துக்கள் விரவியுள்ளன. செல்வ நிலையாமை, இளமை நிலையாமை, யாக்கை நிலையாமை ஆகிய மூன்றும் இவற்றில் வலியுறுத்தப்படுகின்றன. ஆகவே மக்கள் அறவாழ்க்கையில் வாழ இவைகள் வழி செய்கின்றன.

இந்தப் பகுதியில் உள்ள நூல் ஒவ்வொன்றும் இரண்டு பகுதி களாகப் பிரிக்கப்படுகிறது. முதல் பகுதியில் கதைச் சுருக்கம் உள்ளது. இரண்டாம் பகுதியில் ஆசிரியர் வரலாறு, நூல் வரலாறு, பாத்திரப் படைப்பு, நூலின் சிறப்பு அம்சங்கள் முதலியவை விளக்கப்பட்டுள்ளன.

வாசகர்கள் படித்துப் பயன் பெறுவார்களாக, இந்நூலைச் சிறந்த முறையில் அச்சிட்டு வெளியிட்ட நர்மதா பதிப்பக உரிமையாளர் திரு. இராமலிங்கம் அவர்களுக்கு என் மனமார்ந்த நன்றியைத் தெரிவித்துக் கொள்கிறேன்.

எம். நாராயணவேலுப் பிள்ளை
ஓய்வு பெற்ற தமிழாசிரியர்

1

சிலப்பதிகாரம்

ஆசிரியர்: இளங்கோவடிகள்

புகார்க் காண்டம்

மங்கல வாழ்த்து

பல்லாற்றானும் சிறப்பமைந்த காவிரிப்பூம்பட்டினத்தில் மாநாய்கன் என்னும் வணிகனுக்குக் கண்ணகி பிறந்தாள். பன்னிரெண்டு வயதினள். திருமகளுக்கும் அருந்ததிக்கும் உவமையாகத் தக்க அழகும், கற்பும் வாய்ந்தவள். பெண்டிரும் புகழும் குணத்தினள். அந்நகரில் மாசாத்துவான் என்னும் வணிகனுக்குக் கோவலன் பிறந்தான். பதினாறு வயதினன். முருகன் போன்ற அழகுடையவன். பெண்டிர் பாராட்டும் இளைஞன். இவ்விருவருக்கும் மணவணி காண விரும்பிய பெற்றோர்கள் ஒரு நன்னாளில் யானை எருத்தத்தின் மீது அணியிழையாரை அமர்த்தி மாநகர்க்கு மணத்தை அறிவித்தனர். பல வகை இயங்களும் ஒலித்தன.

திங்களை உரோகிணி கூடிய நன்னாளில் நீல விதானத்து நித்திலப் பூம்பந்தர்க் கீழ் கோவலன் கண்ணகியை மறைவிழி மணந்து தீவலம் செய்தனன். பொற்பூங்கொடி போன்ற மாதர்கள் பலர் மலரும், சாந்தும், சுண்ணமும், விளக்கும், பாலிகையும், நிறைகுடம் முதலிய மங்கலப் பொருள்களோடு வந்து, 'காதலனைப் பிரியாமல் கலவுக்கை நெகிழாமல் வாழ்க' என வாழ்த்தி, மலர் தூவி, அருந்ததி அன்னாளை அமளியின்கண் ஏற்றினார்கள்.

ஐம்பெரும் காப்பியங்கள்

மனையறம்

புகார் நகரில் கொழுங்குடிச் செல்வர்க்குத் தோன்றிய கண்ணகியும், கோவலனும் எழுநிலை மாடத்தின் இடைநிலத்தில் இருந்தனர். பல வகைப் பூக்களின் மணத்துடன் கூடித் தென்றல் வீசியது.

இருவரும் மகிழ்ச்சிமிக்கு நிலாமுற்றத்தை அடைந்தனர். இருவருடைய தாரும் மாலையும் ஒன்றோடொன்று மயங்கின. கோவலன் தீராக் காதலுடன் கண்ணகியின் முகத்தை நோக்கி அவளுடைய நுதல், புருவம், கண், இடை, நடை, சொல் முதலியவற்றைப் புனைந்துரைத்தான்.

> "மாசறு பொன்னே வலம்புரி முத்தே
> காசறு விரையே கரும்பே தேனே
> அரும்பெறற் பாவாய் ஆருயிர் மருந்தே
> பெருங்குடி வாணிகன் பெருடே மகளே
> மலையிடைப் பிறவா மணியே என்கோ
> அலையிடைப் பிறவா அமிழ்தே என்கோ
> யாழிடைப் பிறவா இசையே என்கோ
> தாழிருங் கூந்தல் தையால் நின்னை." (73-80)

என்று பலபடப் பாராட்டினான். அவளுடன் களிப்புற்று ஒழுகினான். கண்ணகி விருந்து, புறந்தருதல் முதலிய இல்லற வாழ்க்கையில் மேம்படுதலைக் காண கோவலனின் தாய் விரும்பினாள். பல வகைச் செல்வங்களோடும், உரிமைச் சுற்றமோடும் அவர்களைத் தனியே இருக்கச் செய்தாள். வியத்தகு சிறப்புடன் இல்லறத்தைக் கண்ணகி நடத்தி வந்தாள். இவ்வாறு சில ஆண்டுகள் கழிந்தன.

அரங்கேற்றம்

மாதவி புகார் நகரில் நாடகக் கணிகை குலத்தில் பிறந்தவள். ஆடல், பாடல், அழகு மூன்றும் குறைவற நிறைந்தவள். அவள், கூத்துத் திறத்தை மன்னன் முன் அரங்கேற்றிக்காட்ட ஆடல் ஆசிரியன் முதலியோர் விரும்பினர். ஒருங்கு கூடினர். நாடக நூலோர் வகுத்தபடி அரங்கு அமைக்கப்பட்டது. தலைக்கோலை நீராட்டி, மாலையணிவித்து பட்டத்து யானையின் கையில் கொடுத்தனர். அதை அரசனிடம் பெற்ற கவிஞன் நகரை வலஞ்செய்து அரங்கில் வைத்தான்.

மாதவி வலக்காலை முன் வைத்து அரங்கில் ஏறினாள். ஆடி முதிர்ந்த தோரிய மகளிரும் அங்ஙனமே ஏறினர். 'நன்மை பொலிக தீமை நீங்குக' என்ற தெய்வப் பாடல் பாடினர். இசைக் கருவிகள் யாவும் ஒத்து இசைத்தன. மாதவி மங்கல பாவைப் பண்ணைப் பாடித், தேசிக்கூத்து, வடுகக் கூத்துக்களை ஒரு பொற் பூங்கொடி ஆடியது என்னும்படி ஆடிக் காட்டினாள். வேந்தனிடம் தலைக்கோற் பட்டமும், ஆயிரத்தெண் கழஞ்சு பொன்னையும் பெற்றாள்.

மாதவியின் தாய் அம்மாலையை ஒரு கூனி கையில் கொடுத்து, ''இம்மாலை ஆயிரத்தெண் கழஞ்சு பொன் பெறுவது. இவ்வளவு பொன் கொடுத்து இதனைப் பெறுவோர் மாதவிக்கு மணமகன் ஆவர்'' எனக் கூறி, நகர நம்பியர் உலா வரும் வீதியில் நிற்கச் செய்தாள். கோவலன் அப்பொருளைக் கொடுத்து வாங்கிக் கூனியுடன் மாதவி மனையை அடைந்தான். அவளை அணைந்து அவள் வயப் பட்டான். தன் மனைவியையும், மனையையும் மறந்தான்.

அந்திமாலை

மாலைக் காலம் வந்தது. வண்டிசையும், குழலிசையும் கேட்டன. மணத்தென்றல் வீசியது. செவ்வானத்தில்

இளம்பிறை தோன்றிற்று. நிலவொளி எங்கும் பரவிற்று. க்ணவனைப் பிரியா நங்கையர் புணர்ந்து மகிழ்வெய்தினர். பிரிந்த காதலியர் காமத்தீ வெதுப்பத் துயர் எய்தினர். ஆடையாலும், அணியாலும் ஒப்பனை செய்துகொண்ட மாதவி, நிலா முற்றத்துப் பூப்படுக்கை மேல் உடனிருந்த கோவலனைப் புலவியாலும், கலவியாலும் இன்புறுத்தி னாள். மாதவி போலவே கூடிய பிற பெண்டிரும் சந்தனம் பூசி, மாலையணிந்து காதலர் மார்பில் களிதுயில் கொண்டனர். கண்ணகி நிலையை இளங்கோவடிகள் படம் பிடித்துக் காட்டுவதைக் காண்மின்.

''அஞ்செஞ் சீறடி அணி சிலம்பு ஒழிய
மென்துகில் அல்குல் மேகலை நீங்கக்
கொங்கை முன்றில் குங்குமம் எழுதாள்
மங்கல அணியிற் பிறிதுஅணி மகிழாள்
கொடுங்குழை துறந்து வடிந்துவீழ் காதினள்
திங்கள் வாண்முகம் சிறுவியர் பிரியச்
செங்கயல் நெடுங்கண் அஞ்சனம் மறப்பப்
பவள வாணுதல் திலகம் இழப்பத்
தவள வாணகை கோவலன் இழப்ப
மையிருங் கூந்தல் நெய்யணி மறப்பக்
கையறு நெஞ்சத்துக் கண்ணகி; அன்றியும்''

(அடிகள் 47-57)

கண்ணகி போலவே தனித்த பிற பெண்டிரும் நிலா முற்றம் செல்லவில்லை. தென்றல் வரும் பலகணியைத் திறக்கவில்லை. அணையில் தலை சாய்த்து உறக்கம் கொள்ளவில்லை. புணர்ந்தோர் இன்புறவும், பிரிந்தோர் துன்புறவும் மன்மதன் புகார் நகரை இரவுக் காலத்து ஆட்சி செய்தான்.

இந்திர விழா

உலகை மூடிய இருள் அகல, ஞாயிறு தோன்றிக் கதிர்களை பரப்பியது. அன்று சித்திரைத் திங்களில் சித்திரையும், நிறைமதியும் கூடிய நாளாக இருந்தது. புகார் நகரில் உள்ளார் இந்திர விழா செய்யத் தொடங்கினர். மருவூர்ப்பாக்கம், பட்டினப்பாக்கம் என இரு பகுதிகளை உடையது புகார் நகரம். மருவூர்ப்பாக்கம் கடற்கரையை அடுத்த பகுதி. பட்டினப்பாக்கம் அரசரும் மற்ற பிரமுகர்களும் வாழும் பகுதி. அவ்விரு பாக்கங்கட்கும் இடையே சோலைகளின் மரங்களே கால்களாகக் கட்டப்பட்ட நாளங்காடி என்னும் கடைத்தெரு உள்ளது.

மறப்பெண்கள் கூடி 'நாடு வாழ்க' என பூதத்துக்குப் பலி கொடுத்தனர். படைஞர்கள் 'வேந்தன் வெல்க' என்று வஞ்சினம் சாற்றித் தற்பலி வழங்கினர். வடதிசை வென்று கரிகாலன் கொண்டு வந்த கொற்றப்பந்தர், பட்டிமண்டபம், தோரண வாயில் என்பன ஒருங்குடன் கூடிய அரும்பெறல் மண்டபத்தில் பலி நிகழ்ந்தது. வெள்ளிடை மன்றம், இலஞ்சி மன்றம், நெடுங்கல் மன்றம், பூத சதுக்கம், பாவை மன்றம் என்னும் ஐவகை மன்றத்தும் பலி அளிக்கப்பட்டது.

வச்சிரக்கோட்டத்திலிருந்த முரசை யானை மேல் ஏற்றி ஐராவதக் கோட்டத்துக்கு எடுத்துச் சென்றனர். கற்பகத்தரு கோட்டத்தில் கொடியேற்றம் செய்து இந்திர விழாவைத் துவக்கினர். நகர வீதிகள் பூரண கும்பம், பொற்பாலிகை, பாவை விளக்கு முதலியவற்றால் அணி செய்யப்பட்டன. ஐம்பெருங் குழுவும், எண் பேராயமும், அரச குமரரும், பரத குமரரும் களிறு, தேர், புரவிகளில் ஊர்ந்து வந்து திரண்டு அரசனை வாழ்த்தினர். காவிரியின் புண்ணிய நன்னீரைப் பொற்குடங்களில் கொணர்ந்து இந்திரனை நீராட்டினர்.

ஐம்பெரும் காப்பியங்கள்

சிவன் கோயில் முதலாய இடங்களில் எல்லாம் விழாச் செயல்கள் நடந்தன. அறவோர் பள்ளி முதலாய இடங்களில் பெரியோர்கள் அறநெறிச் சொற்பொழிவுகள் செய்தனர். யாழ்ப் புலவர், பாடற் புலவர் ஆகியோரது இசை ஒரு பக்கம் சிறந்து விளங்கியது. இவ்வாறாக இந்திரவிழா களிப்புடன் நடைபெற்றது.

கோவலனைப் போல, பரத்தையரோடு கூடி வாழும் கணவன்மார் விருந்தோடு சென்று தன் மனைவியரின் கோபத்தைத் தணிவித்தனர். அது சமயம் கண்ணகியின் பிரிவுக் கருங்கண் துன்ப நீர் பெருக்கி இடம் துடித்தது. மாதவியின் புணர்ச்சிச் செங்கண் இன்ப நீர் உகுத்து வலம் துடித்தது.

கடலாடுதல்

இமயமலையில் வாழும் வித்தியாதரன் ஒருவன் இந்திர விழாவைக் காண, தன் காதலியோடு புறப்பட்டான். இமயம், கங்கை, உச்சயினி, விந்தம், வேங்கடம், காவிரி நாடு முதலியவற்றை அவளுக்குக் காண்பித்துக்கொண்டு புகார் நகரை அடைந்தான். 'இவள்தான் மாதவி' என்று மனைவிக்குச் சுட்டி, மாதவி ஆடிய கொடுகட்டி முதலாக உள்ள பதினோர் ஆடல்களையும் காணாய் என உரைத்துக் கண்டு மகிழ்வான் ஆயினான். வானோர் பலரும் மக்கள் கண்களுக்குத் தோன்றாமல் வந்து காண்பார் ஆயினர். இவ்வாறு இந்திர விழா நடைபெற்றது.

திருநாள் முடிவில் கோவலன் வருத்தம் கொண்டிருந்தான். மாதவி தன்னை ஒப்பனை செய்து கொண்டு அவனைப் புலவியாலும், கலவியாலும் களிப்பித்தாள். விடியற் காலையில் நகர மக்கள் கடலாடச் சென்றனர். கோவலனும், மாதவியும் ஊர்திகளில் ஏறி கடற்கரைக்குச் சென்றனர். தாழை சூழ்ந்த புன்னை நிழலில் திரையால் வளைத்த அறையில்

கட்டில் மேல் அமர்ந்திருந்தனர். வயந்தமாலை யாழை மாதவியிடம் கொடுத்தாள்.

கானல்வரி

மாதவி யாழைத் தொழுது வாங்கினாள். இசையை எழுப்பி, ஆராய்ந்து கோவலனிடம் நீட்டினாள். அவன் வாங்கி ஆற்றுவரியும் கானல்வரியும் ஆகிய இசைப் பாட்டுக்கள் பலவற்றை யாழிலிட்டுத் தலைவன், தலைவியர் தம் களவுக் காதலைப் பொருளாக வைத்துப் பாடினான். இவன் பாடல்களில் ஒரு குறிப்பு உண்டென்றும், வேறு ஒருத்தியால் மயங்கியுள்ளான் என்றும் மாதவி கருதி யாழைத் தான் வாங்கினாள். தானும் பிறன் ஒருவனைக் காதலித்த ஒரு குறிப்பு உடையவள் போல, காதற்பொருளில் கானல்வரிகளைப் பாடினாள்.

அவள் குறிப்பைக் குறிப்பாகக் கருதாமல் அயலான் மேல் கொண்ட கள்ளக் காதல் என்று கோவலன் எண்ணினான். மாயமும், பொய்யும் உடைய குலத்திற் பிறந்த மாதவிக்கு இது இயல்பு என்று துணியுமாறு ஊழ்வினை தாக்கிற்று. ஆதலின் மாதவியை விட்டு நீங்கினான். செய்வது அறியாது மாதவி திகைத்தாள். உடன் வந்த காதலன் இல்லாமல் தான் வண்டியேறித் தன் வீடு சேர்ந்தாள்.

வேனில்

இளவேனிற் பருவம் வந்தது. இளந்தென்றல் வீசிற்று. குயிலினம் கூவிற்று. கோவலன் பிரிவால் மாதவி வருந்தினாள். வாயாற் பாடி யாழ் இசைத்தாள். பண் மயங்கிற்று. திருமுகம் எழுதலாம் என்று எண்ணினாள். தாழை வெண்மடலை எழுது தாளாகவும், பித்திகை மலர் முனையை எழுத்தாணியாகவும், சாதிலிங்கக் குழம்பை மையாகவும் கொண்டு கோவலனுக்கு ஒரு திருமுகம் வரைந்தாள்.

''உயிர்களைத் துணையோடு கூட்டும் இளவேனில் என்பான் முறை தெரியாச் சின்ன அரசன். மாலைத் திங்களும் நேர்மை உடையவன் அல்லன். மலர் அம்பால் உயிரைக் கொல்கின்றான். இது நீர் அறியாதது அன்று'' எனத் தன் வேட்கையை வெளிப்படுத்தினாள்.

வயந்தமாலையை அழைத்து ''இதன் பொருளை யெல்லாம் கோவலற்கு ஏற்பச் சொல்லி அவனை அழைத்து வருக'' என விடுத்தாள். தோழி வயந்தமாலை மாலையில் சேர்த்துத் தொடுக்கப்பட்டிருந்த திருமுக ஓலையை எடுத்துச் சென்று கோவலனிடம் கொடுத்தாள். அவன், ''நாடக மகளாதலின் பலவகையானும் நடித்தல் அவட்கு இயல்பு'' என்று கூறி அதை வாங்க மறுத்தான். இச்செய்தியைத் தோழி மாதவிக்கு உரைப்ப அவள், ''இன்று மாலை வாராராயினும் நாளைக் காலை வருவார்'' என்று வயந்தமாலைக்கு ஏமாற்றம் தோன்றாதபடி உரைத்தாள். எனினும் மாதவி கையற்ற நெஞ்சமுடன் மலர் அமளியில் கண் பொருந்தாமல் கிடந்தாள்.

கனாத் திறம்

தேவந்தி கண்ணகியின் தோழி. அவள் ஐயன் கோயில் தெய்வத்தை பூசிக்கும் சாத்தனின் மனைவி, அவள் அக்கோயிலை நாடோறும் வழிபாடு செய்யும் நியமம் பூண்டிருந்தாள். அன்று மாலை அவள் கண்ணகியின் பாற் சென்று, 'கணவனைப் பெறுக' என வாழ்த்தினாள். அது கேட்ட கண்ணகி தான் கண்ட கனாவைக் கூறினாள்.

''நாங்கள் வேற்றூர் சென்றோம். பொய்யான பழி ஏற்பட்டது. கோவலன் தீங்கு எய்தினான். அரசன் முன் வழக்காடினேன். அரசனுக்கும் ஊர்க்கும் அழிவு உண்டாயிற்று. பின் சில நலம் பெற்றோம். இவ்வாறு கனவு கண்டேன்'' என்றாள்.

புண்ணியத் துறை மூழ்கி, "காமன் கோயிலைத் தொழுதால் பிரிந்த கணவன் மீள்வான். இருமையும் இன்பம் உண்டு" என்று தேவந்தி கூறினாள். 'அது பீடன்று' என்று சுருக்கமாகக் (மறுத்து) கூறினாள் கண்ணகி.

அது சமயம் கோவலன் அங்கு வந்து சேர்ந்தான். அவளுடைய வாடிய மேனி கண்டு வருந்தினான். "கரவொழுக்கமுடைய பரத்தையோடு மருவி என் முன்னோர் தேடித் தந்த பொருட்குவியலையெல்லாம் இழந்து வறுமையுற்றேன். இது எனக்கு மிக்க நாணைத் தருகின்றது" என்று கூறினான்.

மாதவிக்குக் கொடுக்கப் பொருள் இல்லாமையால் இங்ஙனம் கூறுகின்றான் என்று கண்ணகி நினைத்து, நகைமுகம் காட்டி, "என்னிடம் இரண்டு சிலம்புகள் உள்ளன; கொண்மின்" என எடுத்தளித்தாள். கோவலன் அவற்றை வாங்கிக் கொண்டு, "இச்சிலம்பினை முதலாகக் கொண்டு யான் மதுரையை அடைந்து வாணிகம் செய்து, இழந்த பொருளை ஈட்டத் துணிந்துள்ளேன். நீயும் என்னுடன் எழுக" என்று உரைத்தான். வினை வழி காட்ட இரவு விடியும்முன் இருவரும் ஊரை விட்டுப் புறப்பட்டனர்.

நாடு

கோவலனும், கண்ணகியும் வைகறை யாமத்தில் பிறர் அறியாதபடி புறப்பட்டு, நகர் வாயிலைக் கடந்து, காவிரியின் முகத்துவாரத்தையும் கழிந்து, வடகரை வழியாகச் சோலையினூடே மேற்றிசை நோக்கிச் சென்றனர். ஒரு காத தூரம் கடந்து, கவுந்தியடிகள் என்னும் பெண்பால் சமணத்துறவியின் தவப்பள்ளியிருக்கும் சோலையை அடைந்தனர். வழி நடந்த களைப்பால் "மதுரை மூதூர் யாதோ?" எனக் கண்ணகி வினவினாள். 'ஆறைந்து காவதந்தான்; அருகில்தான் உள்ளது' என்று கோவலன் ஆறுதல் கூறினான்.

இருவரும் கவுந்தியடிகளைக் கண்டு வணங்கினர். தாங்கள் மதுரைக்குச் செல்வதைக் கூறினர். அவரும், "மதுரையிலுள்ள பெரியோர்பால் அறவுரை கேட்பதற்கும், அறிவனை ஏத்துவதற்கும் எண்ணமுடையேன். ஆதலின் யானும் உங்களுடன் வருவேன்" என்று கூறி அவரும் அவர்களுடன் வர இசைந்தார். மூவரும் மேற்கு நோக்கிச் செல்லுங்கால் பல வகை வளங்களைக் கண்டும், ஒலிகளைக் கேட்டும், துன்பம் தோன்றாமல் நாள்தோறும் காவதம் நடந்து திருவரங்கம் எய்தினர். அங்குள்ள ஒரு சோலையில் அவர்கள் தங்கியிருந்த போது சாரணர் தோன்றினர். கவுந்தியடிகள் அவர்களைத் தொழுது, அவர்கள் கூறிய உறுதி மொழிகளைக் கேட்டார். அருக தேவனை ஏத்தினார்.

பின்னர் மூவரும் ஓடத்திலேறிக் காவிரியின் தென் கரையை அடைந்து ஒரு பூம்பொழிலில் தங்கியிருந்தனர். அப்போது அவ்வழியாக வந்த ஒரு காமுகனும், பரத்தையும், "இவர்கள் யார்?" என்று கவுந்தியடிகளைக் கேட்டனர். "அவர்கள் என் மக்கள்" என்றார் கவுந்தியடிகள். "இவர்கள் ஒரு தாய்க்குப் பிறந்து கணவன் மனைவி யாவரோ?" என இருவரையும் கேலி செய்தனர். கவுந்தியடிகள் சினங்கொண்டு அவர்களை நரிகள் ஆகுமாறு சபித்தார்.

கோவலனும், கண்ணகியும் வருந்தி, சாபத்தை நீக்குமாறு அடிகளை வேண்டினர். 'சாபம் ஓராண்டுக்குப் பின் நீங்கும்' என்று அருள் செய்தார், அடிகளார். பின்பு மூவரும் உறையூரை அடைந்தனர்.

மதுரைக் காண்டம்

காடு

உறையூரிலிருந்து புறப்பட்ட மூவரும் குடமலை நாட்டு மாங்காட்டு மறையோனை ஒரு பொழிலில் சந்தித்தனர். திருமால் திருவரங்கத்தில் கிடந்த கோலத்தையும், திருவேங்கடத்தில் நின்ற கோலத்தையும் கண்டு தொழுவதற்காகப் பாண்டிய நாடு வழியாக அம்மறையோன் வந்தான். பாண்டிய நாட்டுச் சிறப்புகளைச் சிறப்பித்துக் கூறினான். கோவலன் கண்ணகியை உடன் கொண்டு முதுவேனிலில் புறப்பட்டதற்கு வருந்தினான்.

கோவலன் மறையோனை மதுரைக்குச் செல்லும் வழி பற்றிக் கேட்டான். சிவன் சூலம் போல் மூன்று வழிகள் மதுரைக்கு உள்ளன. வலப்பக்க வழி பொழிலும் சிறு மலையும் உடையது. இடப்பக்க வழி குகையும் வியத்தகு பொய்கைகளும் உடையது. இடை வழி துன்புறுத்தாத வன தெய்வமும் எளிமையும் உடையது என்று மறையோன் கூறினான். மூவரும் இடை வழியைப் பின்பற்றி நடந்தனர்.

கோவலன் நீர் வேட்கையால் ஒரு பொய்கைக் கரையை அடைந்தான். வன தெய்வம் வயந்தமாலை உருவில் வந்து காதல்படப் பேசிற்று. மறையோன் கூறியது நினைவிற்கு வந்தது. மந்திரம் ஓதினான். தெய்வம் நடுங்கி வணங்கிச் சென்றது. பின்னர் மூவரும் வழி நடந்து ஐயைக் கோட்டத்தில் தங்கினர்.

வேட்டுவ வரி

வெயில் தாங்காது கண்ணகி அடி சிவந்தாள். பெருமூச்சு விட்டாள். மூவரும் ஐயைக் கோட்டத்தின் ஒரு புடை

ஐம்பெரும் காப்பியங்கள்

இளைப்பாறி இருந்தனர். அப்போது பூசை மகள் சாலினி, தெய்வம் ஏறப் பெற்று, ''வளமான வழிப்பறி வாழ்க்கை வேண்டுமேல் கொற்றவைக்குப் பலிக்கடன் செய்ய வேண்டும்'' என்று வேட்டுவர்க்கு அறிவுறுத்தினாள்.

மறக்குடியிற் பிறந்த ஒரு குமரியைக் கொற்றவையாகக் கோலஞ் செய்து பலி செலுத்தினர். தெய்வம் ஏறிய சாலினி கோயிலில் கணவனோடு இருந்த கண்ணகியை நோக்கி, ''இவளோ, கோங்கச் செல்வி, குடமலையாட்டி, தென் தமிழ்நாடு செய்த தவக் கொழுந்து, ஒரு மாமணியாய் உலகிற்கு ஓங்கிய திருமாமணி'' என்று எதிரது அறிந்து புகழ்ந்தாள். இவை பொருளற்ற மயக்க மொழிகள் என்று கண்ணகி நாணிக் கணவன்பால் ஒதுங்கி நின்றாள்.

குமரிக் கொற்றவையைப் போற்றிப் பாடி, 'வழி வளம் தருக, எம் பாண்டிய அரசன் வெட்சி சூடுக' என்று வேட்டுவர் தொழுதனர். (வழி வளம் - வழிப்போக்கர்களைச் சூறையாடும் பொருள்.)

புறஞ்சேரி

கண்ணகியின் உடல் மென்மை கோவலனுக்கு விளங் கிற்று. பாண்டியனது செங்கோல் சிறப்பால் இந்நாட்டில் யாதொரு இடையூறும் நேராது. ஆதலால் நிலவொளியில் இரவில் பிரயாணம் செய்வதே நலம் என்று கருதி இரவில் நடந்தனர். ஒரு நாள் நீர்த் துறையில் தனித்து நின்ற கோவலனைக் கோசிகன் அடையாளம் கண்டு கொண்டான். இவன் மாதவி விடுத்த தூதன்.

கோவலன் பிரிவால் பெற்றோரும், சுற்றத்தாரும், ஊராரும் மாதவியும் பட்ட துன்பத்தை விவரமாய்க் கூறினான்.

''அடிகள் முன்னர் யானடி வீழ்ந்தேன்
வடியாக் கிளவி மனக்கொளல் வேண்டும்
குரவர் பணி அன்றியும் குலப்பிறப் பாட்டியோடு
இரவிடை கழிதற்கு என் பிழைப்பு அறியாது
கையறு நெஞ்சம் கடியல் வேண்டும்
பொய்தீக் காட்சிப் புரையோய் போற்றி''

இவ்வாறு எழுதிய மாதவியின் ஓலையை அவன் கையில் கொடுத்தான். கோவலன் அதன் பொருளை உணர்ந்து மாதவி தீதிலள் எனத் தெளிந்து தளர்ச்சி நீங்கி அந்த ஓலையின் வாசகம் தன் பெற்றோர்க்கும் பொருந்தி இருந்தமையின், ''எம் குரவர் மலரடியைத் திசை நோக்கித் தொழுதேன் என்று சொல்லி இந்த ஓலையைக் காட்டு'' என அதைக் கோசிகன் கையிற் கொடுத்து அனுப்பினான். கவுந்தியடிகளும், கண்ணகியும் இருக்கும் இடத்தை அடைந்தான். அங்குள்ள பாணர்களுடன் தானும் சேர்ந்து யாழ் வாசித்தான்.

'மதுரை இன்னும் எத்தனை காவதம் உள்ளது, கூறுமின்' என்றான். அவர்கள், 'மதுரைத் தென்றல் வந்தது காணீர்; பாண்டியன் மூதார் அண்மைக் கண்ணதே' என்றனர். கூடலின்கண் எழும் பல வகை ஒலியும் கடல் ஒலிபோல் எதிர்கொள்ளத் துன்பம் நீங்கிச் சென்று வைகையாற்றை மரப்புணையால் கடந்து தென்கரையை எய்தினர். மதுரையின் மதில் புறத்ததாகிய புறஞ்சேரியில் தங்கினர்.

ஊர் காணுதல்

சோலையிலும், வயலிலும் நீர்நிலைகளிலும் பறவைகள் ஒலித்தன. கதிரவன் மதுரை வாழ்மக்களைத் துயில் எழுப்பினான். காலைச் சங்கும், முரசும் இயம்பின. கோவலன் கவுந்தியடிகளை வணங்கி தான் உற்ற இடும்பையை உரைத்து, ''யான் இந்நகர் வணிகர்க்கு என் நிலையை உணர்த்திவரும்

அளவும் கண்ணகியைப் பார்த்துக் கொள்ளுங்கள்'' என்று கூறினான்.

கவுந்தியடிகள் அவனை நோக்கி, ''காடு சென்ற இராமனும், நளனும் காதலியைப் பிரிந்து துயருற்றனர். ஆனால் நீ காடு வந்தும் காதலியோடு உடன் உறையும் நல்வினைப் பேறு உடையாய்'' என்று ஆறுதல் கூறினார்.

மதுரையில் தங்குவதற்கு ஓரிடம் பார்க்கச் சென்ற கோவலன் பற்பல வீதிகளையும் சுற்றிப் பார்த்தான். வெயிற்படாமல் கொடிகள் வீதியில் நிழல் செய்தன. மதுரை நகரின் வளம் கண்டு மகிழ்ந்தான். சென்ற காரியத்தை மறந்து புறஞ்சேரி திரும்பினான்.

அடைக்கலம் தருதல்

மீண்டு வந்த கோவலன் மதுரையின் செல்வச் சிறப்பையும், பாண்டியனது செங்கோண்மையையும் கவுந்தியடிகளுக்குப் புகழ்ந்துரைத்தான். தலைச் செங்கானத்து மறையவனாகிய மாடலின் என்பான் குமரியாடி மீண்டு வந்தான். கோவலன் அவனைக் கண்டு வணங்கினான். மறையவன் கோவலனை நோக்கி, ''ஐய, மணிமேகலைக்குப் பெயரிடுங்கால் தானம் வாங்க வந்த மறையோனை வீரத்தால் யானைப் பிடியினின்றும் விடுவித்த கருணை மறவ! கீரியைக் கொன்றாள் என்று மனைவியைத் துறந்த மறையவனைக் கழுவாய் செய்து அருளிய செல்லாச் செல்வ! பத்தினியைக் குறை கூறிய கயவனைப் பூதம் அடித்துக் கொல்ல, அவன் சுற்றத்தைப் பொருளீந்து காத்த இல்லோர் செம்மல்!''

''நீ இப்பிறப்பிற் செய்த எல்லாம் நல்வினைகளே! மனைவியோடு கொடுங்கானம் நடந்ததற்கு முற்பிறவியில்

ஏதோ தீவினை செய்திருப்பாய் போலும்'' என்று வருந்தினான். கோவலன் தான் கண்ட தீக்கனாவைக் கூறி, அதன் பயனாய் துன்பம் விரைவில் உண்டாகுமென்று உரைத்தான். மறையவனும், கவுந்தியடிகளும், ''இவ்விடம் துறந்தோர்க்கே உரியது. ஆதலின் நீ மதுரையில் புகுக'' என்று கூறினர்.

அப்போது அங்கு வந்த ஆயாமுது மகளாகிய மாதரி கவுந்தியடிகளைக் கண்டு வணங்கினாள். இவள் குலத்திற் சிறந்தவள்; எல்லா வகையாலும் நல்ல பண்பினள் என்று அறிந்து கவுந்தியடிகள், ''வணிகர் உறைவிடம் சேரும் வரை கண்ணகியைப் பேணுக'' என்று அடைக்கலம் தந்தார். ''கற்புக்கடம் பூண்ட இவள், என் கண் கண்ட தெய்வம். இவள் போலும் ஒரு தெய்வத்தை நான் கண்டதில்லை'' என்று கண்ணகியை அறிமுகப்படுத்தினாள். மாதரி மதில் வாயிலைக் கடந்து கண்ணகியோடு தன் மனை அடைந்தாள்.

கொலைக் களம்

மாதரி கண்ணகியையும், கோவலனையும் புதிய மனையொன்றில் இருத்தினாள். தன் மகள் ஐயையைக் கண்ணகிக்குத் துணையாக வைத்தாள். அடிசில் ஆக்குவதற்கு வேண்டிய பொருள்களை அளித்தாள். கண்ணகி நன்கு சமைத்துக் கணவனை முறைப்படி உண்பித்து அவர்க்கு வெற்றிலைப்பாக்கு அளித்து நின்றாள். இக்காட்சியைக் கண்டு, ''இவன் மணிவண்ணன், இவள் நப்பின்னை'' என்று சொல்லி மாதரியும், ஐயையும் மகிழ்ந்தனர்.

கோவலன், ''என் பெற்றோர் உன்னை நினைந்து என்ன துன்பப்பட்டனரோ? சிறியாரினம் சேர்ந்த எனக்கு கரை ஏறும் வழியுண்டோ? என் சொல்லை மதித்து மதுரைக்குப்

புறப்பட்டாயே'' என இரங்கிக் கூறினான். இதைக் கேட்ட கண்ணகி, ''நும் பிரிவால் விருந்தோம்பும் அறம் பெற்றிலேன். தங்கள் போக்கு, பெற்றோரைப் புண்படுத்திற்று. தங்கள் சொற்படி நடப்பதே என் வாழ்க்கையாதலின் புறப்பட்டு வந்தேன்'' என்று தெளிவுபடுத்தினாள்.

''நான், நின் சீறடிச் சிலம்பின் ஒன்றைக் கொண்டு போய் விற்று வருவேன். வருந்தாதிரு'' என்று தேற்றிச் சென்றான் கோவலன். எதிரே வந்த பொற்கொல்லனிடம் சிலம்பு விற்பனை பற்றிக் கேட்டான். அப்பொற்கொல்லன் அரசியின் சிலம்பொன்றைக் கவர்ந்தவன் ஆதலின், தனது களவை மறைக்க எண்ணமிட்டான். ''இச்சிலம்பு கோப்பெருந் தேவிக்கே தகும். நீ இங்கேயே இரு. இதை அரசரிடம் காண்பித்து வருகிறேன்'' என்று கூறி, சிலம்பை வாங்கிச் சென்றான்.

தன் தேவியின் ஊடல் தணித்தற் பொருட்டு அவள் அரண்மனைக்குச் சென்று கொண்டிருந்த பாண்டியன் நெடுஞ்செழியனைப் பொற்கொல்லன் கண்டான். ''அரண்மனைச் சிலம்பைத் திருடிய கள்வன் பிடிபட்டான்'' என்று கூறினான். ''அவனைக் கொன்று அச்சிலம்பைக் கொணர்வீர்'' என காவலர்க்கு ஆணையிட்டான் மன்னன்.

பொற்கொல்லன் மகிழ்ந்து அக்காவலருடன் சென்றான். கோவலனைப் பார்த்ததும் 'இவன் கள்வன் போல் தோன்றவில்லையே' என்று காவலர் தயங்கினர். அவன் கள்வன்தான் என்று பொற்கொல்லன் வற்புறுத்தினான். காவலருள் ஒரு மூர்க்கன் திடீரெனக் கோவலனை வெட்டினான். குருதி கொப்பளித்தது. ஊழ்வினையால் கோவலன் வெட்டுண்டான். பாண்டியன் செங்கோல் வளைந்தது.

ஆய்ச்சியர் குரவை

பாண்டியன் அரண்மனையுள் காலை முரசம் அதிர்ந்தது. ஆயர்சேரியில் பல வகை உற்பாதங்கள் நிகழ்ந்தன. இன்று நம் நெய்ம்முறை என்று தயிர் கடையச் சென்றாள் மாதரி. பாலும் உறையவில்லை. வெண்ணெயும் உருகவில்லை. மறிகளும் துள்ளவில்லை. பசுக்கள் அழுகின்றன. கழுத்து மணிகள் தாமே விழுகின்றன. என்ன துன்பமோ என்று மாதரி துயருற்றாள். கண்ணகி காண மாயவனுக்குக் குரவை கூத்து ஆடுவோம் என்றாள்.

இளம் பெண்கள் எழுவர்க்கு ஏழிசைப் பெயர்கள் இடப்பட்டன.

படர்க்கைப் பரவல்

1. மூவுலகும் ஈரடியான் முறைநிரம்பா வகைமுடியத்
தாவியசே வடிசேப்பத் தம்பியொடும் காண்போந்து
சோஅரணும் போர்முடியத் தொல்லிலங்கை கட்டழித்த
சேவகன் சீர் கேளாத செவிஎன்ன செவியே
திருமாள்சீர் கேளாத செவியென்ன செவியே

2. பெரியவனை மாயவனைப் பேருலகம் எல்லாம்
விரிகமல உந்தி இடை விண்ணவனைக் கண்ணும்
திருவடியும் கையும் திருவாயும் செய்ய
கரியவனைக் காணாத கண் என்ன கண்ணே
கண்ணிமைத்துக் காண்பார்தம் கண் என்ன கண்ணே

3. மடந்தாழும் நெஞ்சத்துக் கஞ்சனார் வஞ்சம்
கடந்தானை நூற்றுவர்பால் நாற்றிசையும் போற்றப்
படர்ந்தா ரணமுழங்கப் பஞ்சவர்க்குத் தூது
நடந்தானை ஏத்தாத நாவென்ன நாவே
நாராயணா என்னா நாவென்ன நாவே.

'திருமால் சீர் கேளாத செவி ஒரு செவியா? அவனைக் காணாத கண் ஒரு கண்ணா? அவனைப் புகழாத நா ஒரு நாவா? எனக் குரவையுள் கூறியுள்ளதைக் காண்மின், தெய்வம் ஆவின் துயரைத் தீர்ப்பதாகத் தென்னவன் முரசு வெற்றியோடு முழங்குக' என்று குரவை வடிவில் வாழ்த்தினர்.

துன்ப மாலை

குரவை முடிவில் மாதரி வைகையில் நீராடச் சென்றாள். அப்பொழுது மதுரையிலிருந்து ஒருத்தி வந்தாள். கோவலனைச் சிலம்பு திருடியவன் என்று அரசனின் ஏவலாளர் கொலை செய்தனர் என்று கூறினாள். அதைக் கேட்டு, கண்ணகி பதை பதைத்து மயங்கினாள். பலவாறு புலம்பினாள்; அழுதாள். தானும் உயிர் விடத் துணிந்தாள். ஆதித்தனை நோக்கி, ''காய்கதிர்ச் செல்வனே, நீயறிய என் கணவன் கள்வனோ?'' என்றாள்.

''நின் கணவன் கள்வன் அல்லன்; அவனைக் கள்வனென்று கொலை செய்த இவ்வூரை எரியுண்ணும்'' என ஒரு குரல் எழுந்தது.

ஊர் சூழ்வரி

கதிரவன் கூறியதைக் கேட்ட கண்ணகி, மிக்க சினங்கொண்டு, தன்பால் இருந்த மற்றொரு சிலம்புடன் புறப்பட்டு மதுரையின் வீதி வழியே சென்றாள். அங்குள்ள மகளிரை நோக்கிப் பலவாறு புலம்பினாள்: ''என் கணவனை முன்போலக் கண்டு அவன் கூறும் நல்லுரையைக் கேட்பேன். அங்ஙனம் கேளேன் ஆயின் என்னை இகழுமின்'' என்று சபதம் செய்தாள். வெட்டுண்டு கிடந்த கோவலனைச் சிலர் காட்டக் கண்டு அளவிலாத் துயர் எய்தினாள். அவனை முன்னிலையாக்கிப் பலவாறு புலம்பினாள்.

அவன் உடம்பைத் தழுவிக் கொண்டாள். அவன் எழுந்து நின்று, ''மதி போன்ற நின் முகம் வாடியதே'' என்று சொல்லிக் கையால் அவள் கண்ணீரை மாற்றினான். அவள் கணவனுடைய பாதங்களைப் பற்றி வணங்கினாள். ''நீ இங்கிருக்க'' என்று சொல்லி, அவ்உடம்பை ஒழித்து, அமரர் குழாத்துடன் துறக்கம் புகுந்தான். ''சினம் தணியாமல் கணவனிடம் சேரேன்'' என்று பாண்டியன் அரண்மனை நோக்கி விரைந்தாள் கண்ணகி.

வழக்குரைத்தல்

கோப்பெருந்தேவி தீக் கனா பல கண்டு அவற்றை அரியணை மீதிருந்த தன் கணவனிடம் கூறிக்கொண் டிருந்தாள். அப்போது பெருஞ் சீற்றத்துடன் கண்ணகி வாயிலை வந்தடைந்தாள். தன் வரவை அரசனுக்கு அறிவிக்குமாறு வாயில் காப்போனிடம் கூறினாள். அரசன் முன் போய் நின்றாள். கண்ணகியை நோக்கி, ''நீ யார்?'' என்று பாண்டியன் கேட்டான்!

''அறிவில்லாத அரசே! கோல்கோடாச் சோழன் புகார் என் ஊர். என் காற் சிலம்பை விற்க உன் ஊருக்கு வந்து நின்னாற் கொல்லப்பட்ட கோவலனின் மனைவி நான்,'' என்று இடித்துரைத்தாள்.

''என் கணவன் கள்வன் அல்லன், என் சிலம்பின் உள்ளே பரல் மாணிக்கம்'' என்றாள். அரசன் தன் தேவி சிலம்பின் பரல் முத்து என்று கூறி கோவலனிடமிருந்து கொண்ட சிலம்பை வருவித்தான். கண்ணகி அதை வாங்கி உடைத்தாள். அதிலிருந்த மாணிக்கப் பரல் அரசன்முன் தெறித்தது, அதைக் கண்டு மன்னன் நடுநடுங்கி,

''தாழ்ந்த குடையன் தளர்ந்த செங்கோலன்
பொன்செய் கொல்லன் தன்சொற் கேட்ட
யானோ அரசன் யானே கள்வன்

ஐம்பெரும் காப்பியங்கள் ■ 25

மன்பதை காக்கும் தென்புலங் காவல்
என்முதற் பிழைத்தது கெடுகஎன் ஆயுள்''

(அடிகள் 73 - 77)

என்று கூறி துயருற்று மயங்கித் தான் அமர்ந்த அரச கட்டிலில் வீழ்ந்து துஞ்சினான். அது கண்ட கோப்பெருந் தேவி கணவனை இழத்தலாகிய கொடுந்துன்பத்தை எண்ணி வருந்தி அவன் இணையடிகளைத் தொழுது தானும் வீழ்ந்தாள்.

வஞ்சின மாலை

வேந்தனோடு தேவி உயிர் நீத்ததை அறியாத கண்ணகி, ''யான் ஒப்பற்ற கற்புடை மகளிர் பலர் பிறந்த பதியின்கண் பிறந்தேன். யானும் ஒரு பத்தினியாயின் அரசோடு மதுரையையும் ஒழிப்பேன்'' என்று கூறி அவ்விடம் விட்டு நீங்கினாள்.

''மதுரையிலுள்ள மகளிர், மைந்தர், கடவுளர், மாதவர் அனைவரும் கண்மின், என் காதலனைக் கொன்ற அரசன் நகரினைச் சீறினேன், ஆதலின் யான் குற்றமிலேன்'' என்றுரைத்து தனது இடக் கொங்கையைக் கையாலே திருகி மதுரையை மும்முறை வலம் வந்து, சுழற்றி எறிந்தாள். அப்போது தீக்கடவுள் வெளிப்பட்டு, ''பத்தினியே, நினக்குப் பிழை செய்த நாளில் இந்நகரை எரியூட்ட முன்பே ஓர் ஏவல் பெற்றுள்ளேன். இதன்கண் பிழைத்தற்கு உரியார் யார்?'' என்று வினவிற்று.

''பார்ப்பார் அறவோர் பசுப்பத் தினிப் பெண்டிர்
மூத்தோர் குழவி எனும் இவரைக் கைவிட்டுத்
தீத்திறத்தார் பக்கமே சேர்கென்று காய்த்திய
பொற்றொடி ஏவப் புகையழல் மண்டிற்றே
நற்றேரான் கூடல் நகர்'' *(அடிகள் 53 - 57)*

அதாவது கண்ணகி ஏவற்படி புகையழல் நல்லுயிர்களைச் சாராமல் கூடல் நகரைக் கொளுத்திற்று.

அழல்

கண்ணகி பணி கேட்ட தீக்கடவுள் அழலைப் பரப்பிற்று. நெடுஞ்செழியனும், கோப்பெருந்தேவியும் துஞ்சியதை அறியாத ஆசான் முதலியோர் ஓவியம் போலத் திகைத்திருந்தனர். படையாளர் அரண்மனை வாயிலில் தீயைக் கண்டு ஓடினர். நால்வகைப் பூதங்களும் அந்நகரை விட்டு நீங்கின. கறவை கன்றுகள், களிறு, குதிரைகள் பிழைத்து மதிற்புறத்தே ஓடின. இளமடந்தையர் குழந்தைகளோடு கிழவியரைக் கூட்டிக் கொண்டு வெளியேறினர். முதுபெண்கள் எரியை வணங்கினர். நாடக மங்கையர் தீ மூட்டிய இவள் யார் என்று கற்பை வியந்தனர். தீயின் வெம்மையை ஆற்றாமல் மதுரை மாதெய்வம் வீரபத்தினி முன் தோன்றிற்று.

கட்டுரை

கண்ணகி முன் வந்து தோன்றிய மதுராபதித் தெய்வம் அவளை நோக்கி, ''யான் மதுரையின் அதிதேவதை. உன் கணவருக்கு உண்டாகிய துன்பத்தால் எய்திய கவற்சியுடையேன், பாண்டிய மன்னர் எவரும் கொடுங்கோண்மை உடையவர் அல்லர். இந்த நெடுஞ்செழியனும் செங்கோண்மை உடையவனே! இவ்வாறு நிகழ்ந்ததற்குக் காரணம் ஊழ்வினையேயாகும். அதைக் கூறுகிறேன் கேள் -

'கபிலபுரத்து வணிகன் சங்கமன் மனைவி நீலியோடு சிங்கபுரத்துத் தெருவில் நகை விற்பனை செய்தான். பரதன் என்பது கோவலனுடைய முற்பிறப்புப் பெயர். சங்கமனை ஒற்றன் என்று தன் மன்னனுக்குச் சொல்லிக் கொல்வித்தான். கணவனை இழந்த நீலி இது முறையோ என்று அலறினாள். பதிநான்கு நாள் கழித்து மலை மேல் ஏறி விழும்போது

''யான் பட்ட துன்பம் எனக்குத் துன்பம் செய்தோரும் படுக'' என்று சபித்தாள். அவ்வினையே இன்று கோவலன் உயிரை வல்வியது.

பதிநான்கு நாட்களுக்குப்பின் நின் கணவனைத் தெய்வ உருவில் காண்பாய்'' என்று மதுரைத் தெய்வம் உரைத்தது. நெருப்பும் தணிந்தது. கணவனைக் காணும்வரை நிலை கொள்ளேன் என்றவளாய்க் கண்ணகி வைகைக் கரை வழியே மேற்கு நோக்கிச் சென்று மலைநாடு அடைந்தாள். திருச்செங்குன்று என்னும் மலை மீதேறி ஒரு வேங்கை மரத்தின்கீழ் நின்றாள். பதிநான்காம் நாள் பகற்பொழுது சென்ற பின் அங்கே தெய்வ வடிவுடன் வந்த கோவலனைக் கண்டு அவனுடன் வான ஊர்தியிலேறித் தேவர்கள் போற்றத் துறக்கம் அடைந்தாள்.

வஞ்சிக் காண்டம்

குன்றக் குரவை

1. சீர்கெழு செந்திலும் செங்கோடும் வெண்குன்றும்
ஏரகமும் நீங்கா இறைவன்கை வேலன்றே
பாரிரும் பௌவத்தின் உள்புக்குப் பண்டொருநாள்
சூர்மா தடிந்த சுடரிலைய வெள்வேலே.

2. அணி முகங்கள் ஓராறும் ஈராறு கையும்
இணையின்றித் தானுடையான் ஏந்திய வேலன்றே
பிணிமுக மேல் கொண்டவுணர் பீடழியும் வண்ணம்
மணி விசும்பில் கோனேத்த மாறட்ட வெள்வேலே.

3. சரவணப்பூம் பள்ளியறைத் தாய்மார் அறுவர்
திருமுலைப்பால் உண்டான் திருக்கைவேல் அன்றே
வருதிகிரி கோலவுணன் மார்பும் பிளந்து
குருகு பெயர்குன்றம் கொன்ற நெடுவேலே.

வேங்கை நிழற்கீழ் நின்று கொண்டிருந்த கண்ணகியை "நீ யார்?" என்று மலைப் பெண்கள் இரக்கத்தோடு வினவினர். "மதுரையும் அரசும் அழியக் கணவனை இழந்த கடுவினையேன்" என்று அறிவித்தாள் கண்ணகி. குறத்தியர் தொழுதனர். அந்நிலையில் தேவர்கள் வந்து மலர்மாரி சொரிந்து கண்ணகியை அவள் கணவனோடு அழைத்துச் சென்ற புதுமையை மலைவாணர்கள் தம் கண்ணாற் கண்டனர். 'இவளே நம் குலதெய்வம்' என்று வழிபாடு இயற்றினர். முருகனைப் பலதுறைகளில் பாடிச் சேரனை வாழ்த்திக் குரவை அயர்ந்தனர்.

காட்சி

சேர வேந்தனாகிய செங்குட்டுவன் மலைவளங் காண விரும்பி விளையாட்டிற்குரிய பல வகைப் பொருளுங் கொண்டு தானைகள் சூழத் தன் தேவியாகிய வேண்மாளுடன் வஞ்சி நகரினின்றும் புறப்பட்டுச் சென்று பேரியாற்றங் கரையிலுள்ள மணற்குன்றில் தங்கியிருந்தான். குன்றக் குரவை முதலியவற்றால் எழுந்த பல வகை ஓசைகள் அவர்களுக்கு இன்பம் விளைத்தன.

கண்ணகி விமானமேறிச் சென்ற அதிசயத்தைத் தங்கள் நாட்டிற்கு அரசனாகிய செங்குட்டுவனிடம் தெரிவிக்கக் கருதிய மலைவாணர்கள் மலைபடு திரவியங்களைக் காணிக்கையாகச் செலுத்தி அரசனைக் கண்டு அதைக் கூறினார்கள். அப்போது அங்கு செங்குட்டுவனோடு இருந்த மதுரைத் தமிழாசிரியராகிய சாத்தனார் மதுரையில் கோவலன் கொலையுண்டதும் கண்ணகி அரசன்முன் வழக்குரைத்து வென்று மதுரையை எரித்ததும், நெடுஞ்செழியன் தேவியுடன் அரசு கட்டிலில் துஞ்சியதும் முதலிய செய்திகளை விரித்துரைத்தார்.

ஐம்பெரும் காப்பியங்கள்

அவற்றைக் கேட்ட செங்குட்டுவன் பாண்டியன் இறந்ததற்கு வருந்தினான். தன் தேவியின் வேண்டுகோளால் பத்தினிக் கடவுளாகிய கண்ணகியைப் பிரதிஷ்டை செய்து வழிபடுவதற்கும் இசைவு தந்தான். இமயமலையில் கல் கால்கொள்ளக் கருதி வஞ்சி நகரை அடைந்து, தான் இமயத்திற்குப் புறப்படுவதையும் வடதிசையிலுள்ள மன்னரெல்லாம் திறையுடன் வந்து காணவேண்டும் என்பதையும் தெரிவித்து நகரின் கண் பறை அறிவித்தான்.

கால்கோள்

பறையொலி எழுந்தபின் செங்குட்டுவன் முன்னர் இமயமலையினின்றும் வந்த முனிவர்கள் ஆரிய அரசர்களாகிய கனகனும், விசயனும் தமிழ் அரசரை இகழ்ந்தனரெனக் கூறக் கேட்டிருந்தான். ஆதலின் பத்தினிக் கடவுளின் சிலை செய்யும் கல்லை அவ்வரசர்கள் முடியிலேற்றிக் கொணர்வேன் என வஞ்சினங் கூறினான். வாளையும், குடையையும் சுபவேளையில் வடதிசையில் புறப்படச் செய்தான். படைத்தலைவருக்குப் பெருஞ் சோறு அளித்தான். விடியற்காலையில் சிவபெருமான் திருவடிகளைப் பணிந்து முடிமேற் கொண்டான். வஞ்சி மாலை சூடி யானையின் பிடரியில் ஏறி நால்வகைச் சேனையும் புடைசூழச் சென்று நீலகிரியை அடைந்தான்.

அங்கு நூற்றுவர் கன்னர்தம் தூதன் சஞ்சயன் வந்து வணங்கினான். "வேந்தே! தாங்கள் மேற்கொண்ட கல்கொணரும் செயலை என் மன்னர் தாமே முடித்துத் தருவர்" என்று வேண்டினான். "தமிழ் மறத்தை அறியாமல் இகழ்ந்த பாலகுமரன் மக்கள் கனகவிசயர்க்குப் பாடம் கற்பிக்கப் புறப்பட்டிருக்கின்றது எம் படை. ஆதலால் கங்கையாறு கடக்க நூற்றுவர் கன்னர் படகு தந்தால் போதும்" என்று சொல்லிச் சஞ்சயனை விடுத்தான்.

வடநாட்டில் பாசறை அமைக்கப்பட்டது. தமிழாற்றலை ஒரு கை பார்ப்போம் என்று திரண்ட கனகவிசயர் முதலான வடநாட்டு மன்னர்கள் எதிர்த்து பின் எளிதில் தோல்வியுற்றனர். துறவு வேடம் கொண்டு தப்பிக்க எண்ணிய கனகவிசயர்கள் சிறைப்பட்டனர். அமைச்சன் வில்லவன் கோதையை ஏவிப் பத்தினி சிலை செய்ய இமயக்கல்லை எடுத்துக் கொண்டான் செங்குட்டுவன்.

நீர்ப்படை

இமயமலையிலிருந்து எடுத்த பத்தினிக் கல்லைக் கனகவிசயருடைய முடியின் மீதேற்றிச் சென்று கங்கை ஆற்றில் முறைப்படி நீராட்டினான். கங்கையின் தென் கரையில் ஆரிய மன்னர்கள் அழகுற பாடிகள் அமைத் திருந்தனர். அவற்றில் செங்குட்டுவன் சேனையுடன் தங்கினான். போரில் வீரம் காட்டி துறக்கமுற்றோரின் மைந்தர்களுக்கும் பகைஞர்களை வென்ற வீரர்களுக்கும் பொன்னால் செய்த வாகைப் பூவையளித்துச் சிறப் பித்தான்.

அப்போது அங்கு வந்த மாடல மறையோன்,

"வாழ்க எங்கோ மாதவி மடந்தை
கானற் பாணி கனக விசயர்தம்
முடித்தலை நெரித்தது முதுநீர் ஞாலம்
அடிப்படுத் தாண்ட அரசே வாழ்க"

என்று நகைப்படக் குறிப்பிட்டான். அவன் தென்னாட்டுச் செய்திகளை விளக்கமாகக் கூறினான். நெடுஞ்செழியன் துஞ்சிய பின் கொற்கையிலிருந்த வெற்றிவேற் செழியன் பாண்டியநாட்டை ஆட்சி செய்துவருவதையும், சோழனது செங்கோல் திரிபின்றி விளங்குவதையும் கேள்வியுற்றான். அவனுக்குத் தன் நிறையாகிய ஐம்பது துலாம் பொன் தானம்

ஐம்பெரும் காப்பியங்கள்

செய்தான். தன்னாற் பற்றுக் கோட்பட்ட கனகவிசயரைச் சோழ பாண்டியர்க்குக் காட்டி வருமாறு நீலன் முதலிய கஞ்சுகமாக்களை ஏவினான்.

தானையுடன் புறப்பட்டுச் சென்று தன்னைப் பிரிந்து துயிலின்றி வருந்தியிருக்கும் அரசி மகிழ, வெண்கொற்றக் குடை நிழற்ற யானை மீதிருந்து வஞ்சி நகரத்துள் புகுந்தான். அவனையும் தானையையும் நகர மக்கள் வாத்தியங்களுடன் வரவேற்றனர்.

நடுகல்

வஞ்சியிற் புகுந்த செங்குட்டுவன் மாலையில் மதியம் தோன்றிய அளவில் தேவியாகிய வேண்மாளுடன் அரண்மனை நிலா முற்றத்தை அடைந்தான். கூத்தச் சாக்கையன் ஆடிய கொட்டிச் சேதம் என்னும் கூத்தைக் கண்டு மகிழ்ந்தான். பின் அரசியின் மண்டபத்தை எய்தியிருந்தான்.

அப்போது நீலன் முதலிய கஞ்சுகமாக்கள் வந்து சோழனிடத்தும், பாண்டியனிடத்தும் தோல்வியுற்ற ஆரிய அரசர்களோடு தாம் சென்ற காலையில் அவர்கள் ''போரில் தோற்றுத் துறவுக்கோலம் பூண்டு சென்ற அரசர்களைப் பிடித்து வருதல் பெருமையன்று'' என்று இழித்து உரைத்த தாகக் கூறினர். செங்குட்டுவன் சினம் கொள்வானாயினான்.

உடனே மாடலன் எழுந்து, ''அரசே! செற்றம் தணிக. இளமையும், யாக்கையும், செல்வமும் நிலையுடையன வல்ல. மிக உயர்ந்த பிறப்பையுடைய நீ உலகில் உயிர்கள் போகும் பொது நெறியில் செல்லுதல் தகாது. அரசர்க்கு உரியதும் வானவர் போற்றும் வழியை அளிப்பதுமாகிய வேள்வியைத் தாழாது நீ செய்தல் வேண்டும்'' எனப் பல ஏதுக்களோடு எடுத்துரைத்தான்.

மன்னன் அது கேட்டுச் சினந்தணிந்தான். மாடலன் கூறிய வண்ணமே வேள்விக்கு உரியவற்றை அமைக்குமாறு சிலரை ஏவினான். ஆரிய அரசர்களைச் சிறையினின்றும் விடுவித்தான். அவர்களுக்கு வேண்டிய உதவிகளைச் செய்யுமாறு வில்லவன் கோதைக்குக் கூறினான். சிறைக் கோட்டத்தை இடித்துத் தூய்மை செய்தான். ஊர்கள் தோறும் குடிகள் செலுத்தும் வரிகளை வாங்காமல் தவிர்த்தான்.

அழும்பில் வேளை ஆயக்கணக்கரோடு ஏவி, பின்பு ஆன்றோர் பலருடன் சென்று சிற்ப நூல்துறைபோய் கம்மியர்களால் இயற்றப்பட்ட கோயிலில் இமயக் கல்லால் இயற்றப்பட்ட படிமத்தில் பத்தினிக் கடவுளாகிய கண்ணகியைப் பிரதிஷ்டை செய்து அங்கு இருந்தனன் செங்குட்டுவன்.

வாழ்த்து

கண்ணகி கோட்டத்தில் வீற்றிருந்து குடதிசை மன்னன், மன்னர்களிடம் திறைவாங்கினான். அதுகாலை கண்ணகியின் காவற்பெண்டும் அடித்தோழியும் தேவந்தியும், மாதரி மகள் ஐயையும் கண்ணகி கோயிலுக்கு வந்தனர். கண்ணகிக்கும் தங்கட்கும் உள்ள உறவை அழுது ஏங்கிச் செங்குட்டு வனுக்குத் தெரிவித்தனர்.

"நீ பட்ட துன்பங்கட்குத் தாயும், மாமியும் உயிர் விட்டனர். தகப்பனும், மாமனும் துறவு பூண்டனர். மாதவியும், மணிமேகலையும் துறவறம் ஏற்றனர். அடைக்கலம் இழந்தேன் என மாதரி உயிர் நீத்தாள்" என்று தெய்வ நங்கைமுன் அரற்றினர். அப்பொழுது கண்ணகி தெய்வ வடிவத்தோடு வெளிப்பட்டுச் செங்குட்டுவனுக்குக் காட்சி கொடுத்து வாழ்த்தினாள்.

இதன்கண் மூவேந்தர்களின் வாழ்த்தாக உள்ள அம்மானைவரி, கந்துகவரி, கானல்வரி, வள்ளைப்பாட்டு ஆகிய செய்யுட்கள் மிக்க இன்பம் பயப்பன.

சோழர் அம்மானைவரி

வீங்குநீர் வேலி உலகாண்டு விண்ணவர்கோன்
ஓங்கரணம் காத்த உரவோன் யார் அம்மானை
ஓங்கரணம் காத்த உரவோன் உயர்விசும்பில்
தூங்கெயில் மூன்று எறிந்த சோழன்காண் அம்மானை
சோழன் புகார்நகரம் பாடேலோர் அம்மானை.

பாண்டியன் கந்துகவரி (அறுசீர்)

பொன்னி லங்கு பூங்கொடி பொலஞ்செய் கோதை வில்லிட
மின்னி லங்கு மேகலைகள் ஆர்ப்ப ஆர்ப்ப எங்கணும்
தென்னன் வாழ்க வாழ்கஎன்று சென்று பந்தடித்துமே
தேவ ரார மார்பன் வாழ்க என்று பந்த டித்துமே.

சேரர் ஊசல்வரி

வடங்கொள் மணியூசல் மேலிரீஇ ஐயை
உடங்கொருவர் கைநிமிர்ந்தாங்கு ஒற்றை மேலூக்கக்
கடம்பு முதல்தடிந்த காவலனைப் பாடிக்
குடங்கை நெடுங்கண் பிறழ ஆடாமோ ஊசல்
கொடுவிற் பொறிபாடி ஆடாமோ ஊசல்.

வரம் தருதல்

தேவந்தி செங்குட்டுவனுக்கு மணிமேகலையின் இளந் துறவைப் பற்றி உரைத்தாள். பின் செங்குட்டுவன் பத்தினி வழிபாடு நாளும் நிகழ்தற்கு உரிய நிலக்கொடை வழங்கித் தேவந்தியைப் பூசையாட்டியாக அமர்த்தினான். கற்புக் கடவுளை மும்முறை வலம் வந்து வணங்கினான். ‘சிறை நீங்கிய கனகவிசயரும் மன்னர் பிறரும் குடகக்கோங்களும் மாளுவ வேந்தரும் இலங்கைக் கயவாகு வேந்தனும் எங்கள் நாட்டுப் பத்தினி வேள்வியில் வந்தருள்க’ என்று கண்ணகி தெய்வத்தை வேண்டினர். ‘வரம் தந்தேன்’ என்ற ஒலி எழுந்தது.

அது கேட்ட செங்குட்டுவனும் ஏனை அரசர்களும் மிக்க மகிழ்ச்சி அடைந்தனர். பின்பு செங்குட்டுவனும், மாடலனும் வேள்விச் சாலைக்குச் சென்றனர். இளங்கோவடிகள் கண்ணகி கோயிலுக்குச் சென்றார். அவர்முன் பத்தினிக் கடவுள் தேவந்தி மேல் தோன்றி அவருடைய துறவின் வரலாற்றைச் சொல்லி உவப்பித்தாள்.

இளங்கோவடிகள் இக்காப்பியத்தின் தெளி பொருளாகவுள்ள அறங்களை உலகத்தாருக்குக் கூறி இதனை முடித்திருப்பது அவர் இயற்றியதன் குறிக்கோளை இனிது புலப்படுத்தும்.

இளங்கோவின் வேண்டுகோள்

தெளிவுறக் கேட்ட திருத்தகு நல்லீர்
பரிவும் இடுக்கணும் பாங்குற நீங்குமின்
தெய்வம் தெளிமின் தெளிந்தோர்ப் பேணுமின்
பொய்யுரை அஞ்சுமின் புறஞ்சொற் போற்றுமின்
ஊனூண் துறமின் உயிர்க்கொலை நீங்குமின்   5

தானம் செய்ம்மின் தவம்பல தாங்குமின்
செய்ந்நன்றி கொல்லன்மின் தீ நட்பு இகழ்மின்
பொய்க்கரி போகன்மின் பொருண்மொழி நீங்கன்மின்
அறவோர் அவைக்களம் அகலாது அணுகுமின்
பிறவோர் அவைக்களம் பிழைத்துப் பெயர்மின்   10

பிறன்மனை அஞ்சுமின் பிழையுயிர் ஓம்புமின்
அறமனை காமின் அல்லவை கடிமின்
கள்ளும் களவும் காமமும் பொய்யும்
வெள்ளைக் கோட்டியும் விறகினில் ஒழிமின்
இளமையும் செல்வமும் யாக்கையும் நிலையா   15

உளநாள் வரையாது ஒல்லுவது ஒழியாது
செல்லும் தேஎத்துக் குறுதுணை தேடுமின்
மல்லன்மா ஞாலத்து வாழ்வீர் ஈங்கென்

(அடிகள் 185 - 202)

குறிப்பு:- ஆராய்ச்சி பகுதியில் இதன் பொருள் எழுதப்பட்டுள்ளது.

சிலப்பதிகாரம்: ஆராய்ச்சிப் பகுதி

சங்கம் மருவிய காலத்தில் தோன்றிய நூல்கள் பலவற்றுள் சிறந்தனவாகக் கருதப்படுவன ஐம்பெரும் காப்பியங்கள். அவை சிலப்பதிகாரம், மணிமேகலை, சீவகசிந்தாமணி, வளையாபதி, குண்டலகேசி என்பன. அவற்றுள் முதல் இரண்டும் 'இரட்டைக் காப்பியங்கள்' எனப் பெயர் பெறும் சிறப்புடையன. கோவலன், கண்ணகி ஆகியோருடைய அவல வாழ்க்கையைக் கூறுவது சிலப்பதிகாரம், கோவலனுக்கும் மாதவிக்கும் பிறந்த மணிமேகலையின் துறவு வாழ்க்கையைக் கூறுவது மணிமேகலை.

ஐம்பெருங்காப்பியங்களும் தமிழ் அன்னையின் அணிகலன்களாக அதாவது, சிலம்பாக, மணிமேகலையாக, சிந்தாமணியாக, வளையாக, குண்டலமாக இருந்து அழகு செய்கின்றன என்று கூறுவதில் வியப்பில்லை. இச்செய்தி களை இந்நூலில் காணலாம். கி.பி. இரண்டாம் நூற்றாண்டு முதல் ஏழாம் நூற்றாண்டு வரை ஐம்பெருங்காப்பியங்களும், ஐஞ்சிறு காப்பியங்களும் எழுதப்பட்டன. இவை சமண பௌத்த நூல்கள்.

ஐம்பெருங்காப்பியங்களுள் ஒன்றான சிலப்பதிகாரம் என்னும் செந்தமிழ்க் காப்பியத்தை இயற்றியவர் இளங்கோ

அடிகள். இவர் யாத்த சிலம்பு, தமிழர் பண்பாடு, அரசியல், கலை, நாகரிகம், மொழிநிலை, சமயநிலை ஆகியவற்றைத் தெள்ளத் தெளிய எடுத்துக் கூறும் அறிவுக் கருவூலமாகும்.

அடிகளார் துறவு மேற்கொண்டு குணவாயிற் கோட்டத்து இருந்தார். அப்போது வானவர் வடிவில் போந்த கோவலனுடன் கண்ணகி வானுலகு சென்றதை நேரில் கண்ட குன்றக் குறவர்கள் செங்குட்டுவனிடம் அச்செய்தியைக் கூறினர். கண்ணகி வரலாற்றை தண்டமிழ் ஆசான் சாத்தனார் தெளிவாக எடுத்துக் கூறினார். பின்னர் இளங்கோவடிகள்,

''அரைசியல் பிழைத்தோருக்கு அறங்கூற் றாவதூஉம்
உரைசால் பத்தினிக்கு உயர்ந்தோர் ஏத்தலும்
ஊழ்வினை உருத்திவந்து ஊட்டும் என்பதூஉம்
சூழ்வினைச் சிலம்பு காரண மாகச்
சிலப்பதி காரம் என்னும் பெயரால்
நாட்டுதும் யாமோர் பாட்டுடைச் செய்யுள்''

என்றார். சாத்தனாரும், இவ்வரலாறு முடிகெழுவேந்தர் மூவர்க்கும் உரியதாகலின், 'அடிகள் நீரே அருளுக' என்று வேண்டிக் கொள்ள அடிகள் முத்தமிழ்க் காப்பியத்தை இயற்றினார். இது பதிகம் கூறும் செய்தி.

கதைச் சுருக்கம்

புகார் காண்டம்

மாநாய்கன் மகள் கண்ணகிக்கும் மாசாத்துவான் மகன் கோவலனுக்கும் புகார் நகரில் திருமணம் சிறப்பாக நடைபெற்றது. கயமலர்க் கண்ணியும் காதற் கொழுநனும் சில ஆண்டுகள் இல்லறம் நடத்தினர். ஒரு நாள் மாமலர் நெடுங்கண் மாதவியின் ஆடல் அரங்கேற்றத்தைக் காணச்

சென்ற கோவலன் மாதவியின் நடனத்தில் மனம் விருப்புற்று, அவள் மனையகம் ஏகி, அவளை 'விடுதல் அறியா விரும்பினன்' ஆனான். கணவனைப் பிரிந்து கண்ணகி தனிமைத் துயருற்று வருந்தினாள்.

புகார் நகரில் நடைபெறும் இந்திர விழாவின்போது கோவலனும், மாதவியும் கடற்கரையில் அமர்ந்து விளையாட்டாக யாழிசை பாட முற்பட்டனர். இந்த யாழிசைப் போட்டியில் ஊழ் வந்து உருத்த, மாதவியைத் தவறாகக் கோவலன் நினைத்து, ''மாயப் பொய் பல கூட்டும் மாயத்தாள்'' என வெறுத்துத் தன் மனையகம் சென்றான். கண்ணகி பிரிவுத் துயரை மறைத்து, 'நலங்கேழ் முறுவல் நகைமுகங் காட்டிச் சிலம்புள கொணம்' என அடக்கமாகக் கூறினாள். கோவலன் தலை கவிழ்ந்து, தன் இலம்பாட்டைக் கண்டு நாணி 'எஞ்சிய சிலம்பால் நாம் இழந்த பொருளை மீட்போம்' என கண்ணகியையும் உடன் அழைத்துக் கொண்டு மதுரை நோக்கிப் புறப்பட்டான்.

இப்பகுதியில் சோழநாட்டுத் தலைநகர்ச் சிறப்பு, வாணிகம், விழாச் சிறப்பு, நகர் அமைதி, சமய நிலை முதலியன கூறப்பட்டுள்ளன.

மதுரைக் காண்டம்

வழியில் கவுந்தியடிகள் துணை கிடைத்தது. மூவரும் காலார நடந்து மதுரையை அடைந்தனர். அங்கே மாதரி என்ற இடைக்குலப் பெண்ணைக் கண்ட மாதவத்தாட்டி அவள் கையில் கண்ணகி கோவலன் இருவரையும் அடைக்கலப் பொருளாக ஒப்படைத்தாள். மாதரி மனையில் கண்ணகி சமைத்த உணவைக் கோவலன் களிப்போடு

உண்டான். பின்னர் சிலம்பை விற்றுவரக் கண்ணகியிடம் பிரியா விடைபெற்று மதுரை நகருள் சென்றான்.

அங்கு அரசவை பொற்கொல்லனைத் தெருவில் சந்தித்துத் தன் சிலம்பைக் காட்டினான். அவ்வஞ்சகன் தன் திருட்டை மறைக்கத் தக்க தருணம் வாய்த்தது என்று எண்ணி அரண்மனைக்கு ஓடினான். அரசியிடம் ஊடி நின்ற அரசன்பால் தன் கையிலிருந்த சிலம்பைக் காட்டிச் சிலம்பு திருடிய கள்வன் தன் மனையில் உள்ளதாகக் கூறினான். கோவலனைக் கொல்வதற்கும் அனுமதி பெற்றுக் கொண்டான்.

ஆணையை நிறைவேற்ற வந்த காவலாளர் கோவலனைக் கொல்லத் தயங்கினர். அப்போது - கல்லாக் களிமகன் ஒருவன் வாளெறிந்து கோவலனைக் கொன்று விட்டான். கணவனுக்குற்ற களங்கத்தைக் கேட்ட கண்ணகி அடங்காச் சினங் கொண்டாள். மற்றொரு சிலம்பைக் கையில் ஏந்திக் கொண்டு அரசவைக்குச் சென்றாள். தன் பிழையை உணர்ந்த பாண்டியன், 'யானோ அரசன் யானே கள்வன்' எனக் கூறி மயங்கி விழுந்து உயிர் துறந்தான். கோப்பெருந்தேவியும் அப்பொழுதே உயிர்விட்டாள். ஆறாத்துயருற்ற வீரபத்தினியாகிய கண்ணகி மதுரை மூதூரை எரியுண்ணச் செய்தாள். வறிதே பெயர்ந்து வஞ்சி மாநகர் சென்றாள்.

இப்பகுதியில் பாண்டியர் தலைநகர்ச் சிறப்பு, மதிலும் கிடங்கும் ஏற்றமுற்றிருந்த தன்மை, தமிழ் வளர்த்த திறம் முதலியன கூறப்பட்டுள்ளன.

வஞ்சிக் காண்டம்

மலைவளம் காண வந்த சேரன் செங்குட்டுவனுக்குக் கண்ணகி, கோவலன் இருவரும் விண்ணகம் சென்ற விந்தையைக் குன்றக் குறவர்கள் கூறினார்கள். அப்போது அரசன் விடுத்த வினாவிற்கு அரசி கூறியபடி பத்தினித் தெய்வத்திற்குக் கோயில் எடுக்கச் செங்குட்டுவன் வடநாடு சென்றான்.

வெற்றி பெற்றுக் காலாநாவின் கனகவிசயர் மேல் இமயக்கல்லை ஏற்றினான். கங்கையில் நீராட்டித் தென்னாடு திரும்பி வஞ்சி மாநகரில் கண்ணகிக்குக் கோயில் எழுப்பினான். இவ்விழாவைச் சிறப்பிக்கத் தமிழ் வேந்தர்களும், கடல் சூழ் இலங்கை கயவாகு வேந்தனும் வந்தனர். கண்ணகியும் தெய்வ வடிவில் தோன்றி மன்னர்களுக்குப் பிழையா வரந்தந்து வாழ்த்தி மறைந்தாள்.

இப்பகுதியில் மலைவளம், நகர் இயல்பு, செங்குட்டுவன் வீரம், குன்றக்குரவர் இயல்பு முதலியவை கூறப்பட்டுள்ளன.

காவியச் சிறப்பு

தமிழ்மொழியில் முதன் முதலாகத் தோன்றிய காவியம் சிலப்பதிகாரம். இது சிலம்பால் விளைந்த கதையாதலின் இக்காவியத்திற்கு இளங்கோ 'சிலப்பதிகாரம்' எனப் பெயரிட்டுள்ளார். இதை முத்தமிழ் காப்பியம் எனவும் வழங்குவர். சோழ நாட்டில் பிறந்த கண்ணகி, பாண்டிய நாட்டு மதுரைக்கு வந்து, கணவனைப் பறி கொடுத்துச் சேரநாடு சென்று வானவர் தொழுதேத்தும் பத்தினித் தெய்வமாக மாறினாள். தமிழகத்து முப்பெரு நாட்டையும்

பின்னிப் படரும் சிலம்புக்கதையை இளங்கோ தம் இணையிலாக் கவித்திறத்தால் இறவாத காவியமாக இயற்றிவிட்டார். பெண்ணின் பெருமையை முதன் முதலாகக் காவிய வடிவில் உலகிற்கு உணர்த்திய பெருமையும் இக்காவியத்தைச் சாரும்.

கானல்வரி கடலாடு காதையில் மருத நிலமக்கள் வாழ்வையும், குன்றக் குரவையில் குறிஞ்சி நிலமக்கள் வாழ்வையும், ஆய்ச்சியர் குரவையில் முல்லை நிலமாந்தர் வாழ்வையும், வேட்டுவ வரியில் பாலைநில மக்கள் வாழ்வையும், புகார், மதுரை வருணனைகளால் நகர மக்களின் நாகரிக வாழ்வையும் சித்தரித்துக் காட்டும் வரலாற்றுக் காவியம் என்று இதனைக் கூறலாம்.

மேலும் அக்காலத்தில் பல்வேறு சமயத்தினரும் தத்தம் சமயக் கொள்கைகளை எடுத்துக் கூறிய செய்தி காணப்படுகிறது. கவுந்தியடிகள், சாரணர் கூற்றுகள்; வேட்டுவ வரி, ஆய்ச்சியர், குரவை, குன்றக்குரவை போன்றவை தக்க எடுத்துக்காட்டுகளாம். திருமாலின் கிடந்த கோலம், நின்ற கோலம் இரண்டையும் எழிலுறக் காட்டுகிறார் இளங்கோவடிகள்.

மங்கல வாழ்த்து

பிற்காலத்தில் எழுந்த காப்பியங்களிலும், புராணங் களிலும் வழிபடு தெய்வத்தையாவது ஏற்புடைக் கடவுளையாவது வணங்கி நூலைத் தொடங்குவர். முதற் காப்பியமாகிய சிலப்பதிகாரத்தில் இம்முறையைக் காண முடியவில்லை. இளங்கோவடிகள் திங்கள், ஞாயிறு, மழை, பூம்புகார் இவற்றை வாழ்த்தி நூலை ஆரம்பித்துள்ளார்.

1. திங்களைப் போற்றுதும் திங்களைப் போற்றுதும்
   கொங்கலர்தார்ச் சென்னி குளிர்வெண் குடைபோன்றிவ்
   அங்கண் உலகளித்த லான்.

ஐம்பெரும் காப்பியங்கள்

2. ஞாயிறு போற்றுதும் ஞாயிறு போற்றுதும்
   காவிரி நாடன் திகிரிபோல் பொற்கோட்டு
   மேரு வலந்திரித லான்.

3. மாமழை போற்றுதும் மாமழை போற்றுதும்
   நாமநீர் வேலி உலகிற்கு அவனளிபோல்
   மேல்நின்று தான்சுரத்த லான்.

4. பூம்புகார் போற்றுதும் பூம்புகார் போற்றுதும்
   வீங்குநீர் வேலி உலகிற்கு அவன் குலத்தோடு
   ஓங்கிப் பரந்தொழுக லான்.

இவற்றின் பொருள்

1. சோழனுடைய குளிர்ந்த வெண்குடை போன்று உலகிற்குப் பொதுவற அளிசெய்தலால் யாம் நிலவைப் போற்றுவோமாக.

2. சோழனுடைய ஆக்ஞா சக்கரத்தைப் போல் மேருவை வலமாக வருதலால் யாம் சூரியனைப் போற்றுவோமாக.

3. கடல்சூழ் உலகிற்கு அவன் அளி செய்யுமாறு போலத் தன் பெயலால் வளஞ்சுரத்தலால் யாம் பெரிய மழையைப் போற்றுவோமாக.

4. கடலை வேலியாக உடைய உலகின்கண் தொன்றுதொட்டு அவன் குலத்தோடு பொருந்தி உயர்ந்து பரந்து நடத்தலால் யாம் அழகிய புகார் நகரைப் போற்றுவோமாக.

சிறப்பாகப் புனைந்துரைப்பதற்குக் குடைநிழல் மரபு என்றதனால் திகிரியும், கொடையும், உயர்ச்சியும் புனைந்து கூறியவாறாயிற்று. இந்த நான்கு சிந்தியல் வெண்பாவும் செம்பியனையும், புகாரையும் சிறப்பித்தன.

நூற்சிறப்பு

திருமகள் கண்ணகியைப் போன்ற அழகிய வடிவுடையவள் என்றும், அருந்ததி கண்ணகியின் கற்புத்திறன் பெற்றவள் என்றும் மாற்றிக் கூறுகின்றார். கோவலனை அழகும், இளமையும், ஆற்றலும் அமைந்து கண்டேத்தும் செவ்வேள், அதாவது கண்களாற் கண்டு புகழத்தக்க முருகன் என்று குறிப்பிடுகின்றார். இவைகளிலிருந்து இளங்கோவடிகள் தெய்வ நலம் சான்றவர் என்பது புலனாகிறது.

சமண சமயக் கருத்துக்கள்: கவுந்தியடிகள்

சிலப்பதிகாரத்தில் சைவம், வைணவம், சாக்தம், கௌமாரம், சமணம், பௌத்தம் முதலிய எல்லாச் சமய தெய்வங்களும், கொள்கைகளும் பற்றிய குறிப்புக்கள் விரவி வருகின்றன.

கோவலனும், கண்ணகியும் புகார் நகரை நீங்கி மதுரைக்குச் செல்லும் வழியில் கவுந்தியடிகள் என்னும் தவ மூதாட்டியைக் கண்டனர். இவர் சமண மதத்தைச் சார்ந்த பெண்பாற் துறவி. இந்தப் பாத்திரத்தின் வாயிலாகச் சமண மத கோட்பாடுகளைக் கூறுகின்றார் ஆசிரியர்.

கவுந்தியடிகள் கோவலன், கண்ணகி இவர்களுடன் மதுரை நோக்கிச் செல்கையில் வயல் வழியும், சோலை வழியும் பற்றிக் கூறினார். அப்போது சமண சமயக் கருத்துக்கள் பலவற்றை எடுத்து ஓதினார். மேலும் தனக்கு அறம் உபதேசித்த மூத்த சாரணரை வழிபட்ட போது அவரது உள் ஆழத்தைக் காண முடிகிறது.

சமண சமயக் கருத்துக்கள் பலவற்றை - மது உண்ணாமை, உயிர்க் கொலை புரியாமை, பிற உயிர்கட்குத் துன்பம் செய்யாமை ஆகிய கொள்கைகளை

ஐம்பெரும் காப்பியங்கள்   43

இளங்கோவடிகள் குறித்துச் செல்கின்றார். வயல் வழியே சென்றால் கரும்புகள் ஓங்கி வளர்ந்திருக்கும். அவற்றில் தேன் அடைகள் மிகுதியாக இருக்கும். அவை சிதைந்து அவற்றிலிருந்து தேன் சிந்தி குள நீரோடு பாயும். தேன் கலந்த நீரை கண்ணகி தான் வழி நடந்த, களைப்பால் நீர் வேட்கையைத் தணிவிக்க அறியாமல் பருகுவள். அதனால் மது உண்ட பாவத்தைச் செய்தவள் ஆவாள் என்றார்.

'வயல்களில் களை பறிப்பவர்கள் குவளை மலர்களைப் பறித்து வயல் வரப்புக்களில் போடுவர். அவற்றில் உள்ள தேனை உண்ண வரும் வண்டுகள் தேன் உண்டு, மயக்கத்தால் மயங்கிக் கிடக்கும். வழி நடந்த வருத்தத்தால் அக்குவளை மலர்களை அறியாமல் மிதிக்க நேரின் உயிர்க்கொலை செய்த பாவம் உங்களைச் சாரும்' என்றார்.

'வாய்க்காலின் கரைவழியே நடந்து செல்லுங்கால் அவற்றின் கரைகளில் ஊர்ந்து செல்லும் நத்தைகளையும், நண்டுகளையும் கவனமில்லாமல் மிதிக்க நேரின், அவ்வுயிர்கட்குத் துன்பம் செய்தலாகிய பாவம் உங்கட்கு உண்டாகும்' என்று கூறினார்.

தனக்கு அறிவுரை கூறிய சாரணர் முன்னிலையில் அருக தேவனைப் போற்றித் துதிக்கையில், அருக தேவனேயன்றிப் பிற தெய்வங்கட்குத் தன் தலை பணியாது. அவன் மொழியன்றிப் பிறமொழிகளை என் செவி கேளா, என் நா கூறாது, என்று கூறுவனவும் அவர்தம் சமண சமயப்பற்று விளங்குகின்றது.

கவுந்தியடிகள், கோவலன், கண்ணகி ஆகிய மூவரும் வழி நடந்து மதுரையின் புறநகரை அடைந்தனர். கவுந்தியடிகளைக் கோவலன் தொழுது தான் மதுரையின் உட்பக்கம் போய் வரும்வரை கண்ணகியைப் பார்த்துக் கொள்ளுமாறு வேண்டினான். அவ்வுரைகளைக் கேட்ட

அம்மையார் மக்களது இன்ப துன்பங்களுக்குரிய காரணங்களை விளக்கிக் கூறினார்.

மேலும் இராமபிரான், நளச்சக்ரவர்த்தி போன்றவர்கள் கண் அனைய தங்கள் துணைவியரைப் பிரிந்து வருந்தியதைக் கூறி, நொந்த உள்ளத்திற்கு ஆறுதல் கூறினார்.

இத்துனைக்கும் மேலாக மாதரி என்னும் ஆயர்குல முதியவளிடம் கண்ணகியை அடைக்கலமாகத் தரும் பொழுது கண்ணகியின் குடும்பப் பெருமையைக் கூறி,

''மங்கல மடந்தையை நன்னீ ராட்டிச்
செங்கயல் நெடுங்கண் அஞ்சனம் தீட்டித்
தேமென் கூந்தல் சின்மலர் பெய்து
தூமடி உடீஇத் தொல்லோர் சிறப்பின்
ஆயமும் காவலும் ஆயிழை தனக்குத்
தாயும் நீயே யாகித் தாங்கு''

என்னும் அடிகளில் கண்ணகியை அழகுபடுத்தும்படி சொல்லி, அப்பெருமாட்டிக்குத் தோழிமாரும் காவற் பெண்டும் நற்றாயுமாக மாதரியை இருக்கச் செய்தார். கண்ணகியைவிட கற்புக்கடம் பூண்ட பொற்புடைத் தெய்வத்தை இதுவரை தான் பார்த்ததில்லை எனக் கூறி, கண்ணகியைப் புகழ்கின்றார். ஒழுக்க நெறியினின்றும் தவறாமல் உயிர்களைப் பேணும் குணமுடைய இடையர் குலத்துதித்த மாதரியிடம் கண்ணகியை ஒப்படைப்பதே சாலச் சிறந்தது என எண்ணினார். அவ்வாறே அடைக்கல மாக ஒப்புவித்தார்.

உபதேச மொழிகள்

உலக மக்களுக்கு நலம் விளைவிக்கும் உயரிய சிறந்த உபதேசங்கள் பலவற்றை இறுதியில் கூறி இளங்கோவடிகள் நூலைப் பூர்த்தி செய்கின்றார். அப்பகுதி வருமாறு -

ஐம்பெரும் காப்பியங்கள்   ■ 45

பரிவும் இடுக்கணும் பாங்குற நீங்குமின்
தெய்வம் தெளிமின் தெளிந்தோர்ப் பேணுமின்
பொய்யுரை அஞ்சுமின் புறஞ்சொல் போற்றுமின்
ஊனுண் துறமின் உயிர்க்கொலை நீங்குமின்
தானம் செய்ம்மின் தவம்பல தாங்குமின்   190

செய்ந்நன்றி கொல்லன்மின் தீநீட்பு இகழ்மின்
பொய்க்கரி போகன்மின் பொருள்மொழி நீங்கன்மின்
அறவோர் அவைக்களம் அகலாது அணுகுமின்
பிறவோர் அவைக்களம் பிழைத்தும் பெயர்மின்
பிறர்மனை அஞ்சுமின் பிழைஉயிர் ஓம்புமின்   195

அறமனை காமின் அல்லவை கடிமின்
கள்ளும் களவும் காமமும் பொய்யும்
வெள்ளைக் கோட்டியும் விரகினில் ஒழிமின்
இளமையும் செல்வமும் யாக்கையும் நிலையா
உளநாள் வரையாது நல்லுவது ஒழியாது   200

செல்லும் தேஎத்துக்கு உறுதுணை தேடுமின்
மல்லன்மா ஞாலத்து வாழ்வீர் ஈங்கென்

இதுவரையில் யாம் கூறிவந்த செய்திகளையெல்லாம் தெளிவுறக் கேட்ட திருத்தகவுடைய நல்லோர்களே! இதுகாறும் எம்முடைய இந்நூற்பொருளைக் கேட்டதன் பயனாக நீவிர் இனிமேல் பிறர்க்குக் கவலையும், துன்பமும் விளைவித்தவை விட்டொழியுங்கள்.

கடவுள் உண்டு என்று நம்புங்கள். கடவுளை உணர்ந்த பெரியோர்களை விரும்புங்கள். பொய் கூறுவதற்கு அஞ்சுங்கள். பிறர் மேல் புறங்கூறுதலைக் கைவிடுங்கள். தவ ஒழுக்கங்கள் பலவும் மேற்கொள்ளுங்கள். பிறர் செய்த உதவியை மறவாதிருங்கள். தீயவர்களின் தொடர்பை இகழ்ந்து ஒதுக்குங்கள். பொருள் நிறைந்த அறிவுரைகளை இகழாதீர்கள். அறநெறியிற் செல்லும் சான்றோர்களின்

திருக்கூட்டத்திற்கு இடைவிடாமல் சென்று பழகுங்கள். மறநெறிச் செல்லும் தீயவர்களின் தொடர்பினின்று விடுபட்டு, தப்பி ஓடி உய்ய முயலுங்கள். பிறர் மனைவியை நெருப்பென நினைத்து அஞ்சுங்கள். துன்புற்று வருந்தும் உயிர்களைக் காப்பாற்றுங்கள்.

இல்லறக் கடமைகளைத் தவறாது போற்றுங்கள். பாவச் செயல்களைக் கடிந்து முயன்று நீக்கிவிடுங்கள். கள்ளும், களவும், காமமும், பொய்யும் ஆகிய குற்றங்களையும் அறிவிலிகளாகிய வீணர்களின் தொடர்பையும் தந்திரமாக ஒழித்துவிடுங்கள். இவ்வுலகத்தில் நம்முடைய இளமையும், செல்வமும், யாக்கையும் ஒரு சிறிதும் நிலை உடையன அல்ல. நமக்கு என்று அளவிடப்பட்டுள்ள வாழ்நாள் கழியாமல் ஒரு கணமும் நில்லாது. நமக்கு வரவேண்டிய துன்பங்கள் வந்தே தீரும்.

ஆதலால் காலம் உள்ளபோதே இவ்வுலகத்தினின்று இறந்த பின்னர் நாம் செல்வதற்குரிய மறுமை உலகத்திற்கு உற்ற துணையாகிய அறங்களைச் செய்து தேடிக் கொள்ளுங்கள். வளமிக்க இப்பெரிய உலகத்தில் வாழும் மக்காள், நுமக்கு யாம் கூறும் செய்தி இதுவே.

நூலின் சிறப்பு

எத்திசையும் புகழ் மணக்கும் இலக்கிய அரங்குகளில் எழில் நடம்புரியும் தமிழ் அணங்கை அழகு செய்யும் அணிகள் பல. அவைகளுள் ஒன்றுதான் சிந்தைக்கினிய சிலம்பு. சோழநாட்டில் பிறந்து, பாண்டிய நாட்டில் தன் பெருமையைக் காட்டி, சேர நாடு சென்று தெய்வமான கற்பரசியின் கதையைக் கூறும் நூல் சிலம்பு. இயல், இசை, நாடகம் ஆகிய முத்தமிழையும் தன்னகத்தே உடையது சிலம்பு. இந்நூலின் இன்பத்தில் இதயத்தைப் பறிகொடுத்த பாரதியார்,

"....நெஞ்சை அள்ளும் சிலப்பதி காரம்என்று ஓர்மணி
ஆரம் படைத்த தமிழ்நாடு"

என்று பாராட்டினார்.

"தேனிலே ஊறிய செந்தமி ழின்சுவை
தேரும் சிலப்பதி காரமதை
ஊனிலே எம்முயிர் உள்ளளவும் நிதம்
ஓதி உணர்ந்தின் புறுவோமே"

என்று கூறிச் சென்றார் கவிமணி.

இத்தகைய சுவைமிக்க காவியத்தில் இளங்கோ படைத்த ஒப்பற்ற பாத்திரங்களின் குணாதிசயங்களைப் பற்றிச் சிறிது காண்போம்.

சிலப்பதிகாரப் பாத்திரங்கள்

காவியத் தலைவி

கோங்கச் செல்வி, குடமலையாட்டி, தென் தமிழ்ப் பாவை, செய் தவக் கொழுந்து ஒரு மாமணியாய் உலகிற்கு ஓங்கிய திரு மாமணி கண்ணகியே இளங்கோ அடிகளின் காவியத் தலைவியாவாள். புகார் நகரில் வண்மையிற் சிறந்த மாநாய்கன் குலக் கொடியாய்த் தோன்றியவள் கண்ணகி. திருமகளையொத்த அழகும், அருந்ததியை ஒத்த கற்பும் உடையவள். பெண்களே போற்றுகின்ற அளவிற்குப் பேரழகும், பெருங்குணமும் உடையவள். திங்களை ரோகிணி கூடிய நன்னாளில் நீல விதானத்து நித்திலப்பூம் பந்தர்க் கீழ் மாமுது அந்தணன் மறை வழிகாட்ட முறைப்படி கண்ணகிக்கும், கோவலனுக்கும் திருமணம் நடந்தது. திருமணம் நடந்த பின்னர் மணமக்கள் தனிக் குடும்பம் நடத்த பெற்றோர் வகை செய்தனர்.

"மாசறு பொன்னே வலம்புரி முத்தே
காசறு விரையே கரும்பே தேனே
அரும்பெறற் பாவாய் ஆருயிர் மருந்தே
நின்னை
மலையிடைப் பிறவா மணியே என்கோ
அலையிடைப் பிறவா அமிழ்தே என்கோ
யாழிடைப் பிறவா இசையே என்கோ

என்று பலபடக் கோவலனால் பாராட்டப்பட்டவள். சுற்றத்தவர் எல்லாம் வருந்தத் தன்னைப் பிரிந்து இருந்த கோவலன் எப்படியோ மகிழ்ந்திருந்தால் போதுமென்ற தியாக உணர்வுடன் இருந்தாள். அவனைப் பிரிந்திருந்த காலத்தில் மங்கல அணியன்றிப் பிற அணி அணியாமலும் மின்னிடை மேகலை இழக்கவும், அழகிய கால் சிலம்பை இழக்கவும், பவள வாணுதல் திலகம் இழக்கவும் செங்கயல் நெடுங்கண் அஞ்சனம் மறக்கவும், மையிருங் கூந்தல் நெய்யணி துறக்கவும் கையறு நிலையில் இருந்தாள். கணவனையன்றி வேறு தெய்வத்தைத் தொழ மறந்தாள். வேறு தெய்வங்களை வணங்குவது 'பீடன்று' எனக்கூறிய கற்புத் தெய்வம் கண்ணகி.

குடும்பக் கலையில் ஈடு இணையற்றவளாகத் திகழ்ந்த பெருமையும் கண்ணகிக்கு உண்டு. கோவலன் கண்ணகியை விட்டு மாதவியின் இடத்துச் சென்றதால் கண்ணகிக்குக் குடும்பக் கலை தெரியவில்லையோ? கொண்டானின் குணம் அறிந்து கோணாமல் நடக்கும் வீதம் அவளுக்குப் புரியவில்லையோ? கொழுநனை அன்பின் அரவணைப்பில் வைத்திருக்க அவளால் முடியவில்லையோ? என்ற ஐயங்களை வாசகர்கள் எழுப்பக் கூடும். ஆனால் கண்ணகி குடும்பக் கலையில் கைதேர்ந்தவள் என்பதற்கு ஒரே ஒரு சான்று போதும்.

மதுரையில் மாதரியின் இல்லத்தில் காந்தள் விரல் சிவக்கக் காய்கள் அரிந்து, அழகிய முகம் வியர்க்கத் தன்

கையாலேயே உணவு சமைத்து, குளிர்நீர் தெளித்து, குமரி வாழையின் குருத்தகம் விரித்து ''அமுதம் உண்க அடிகள் இங்கு'' என்று கூற, கோவலன் உண்டபின் வெற்றிலைப் பாக்கு மடித்துக் கொடுத்து புனையா ஓவியம் எனப் பொலிவுடன் நின்றாள். அதன் பின்னர் கோவலன் 'கள்வன்' என்று பழி சுமத்தப் பெற்று, பாண்டியன் நெடுஞ்செழிய னால் கொல்லப்பட்டான் என்பதைக் கேள்விப்பட்டதும் பொங்கி எழுந்தாள்; செங்கண் சிவப்ப அழுதாள். தன் கணவனுக்கு வந்துற்ற களங்கத்தை நீக்கப் புறப்பட்டாள். பாண்டியன் செய்த குற்றத்தை எடுத்துக்காட்டினாள். சேர நாடு சென்று தெய்வமானாள்.

''கற்புக் கடம்பூண்ட இத்தெய்வம் அல்லது
பொற்புடைத் தெய்வம் யாம்கண் டிலமால்''

எனத் தவ மூதாட்டி கவுந்தியடிகளால் போற்றப்பட்டாள். அதனால்தான் கடல் சூழ் இலங்கைக் கயவாகு வேந்தன் உட்பட, முடி மன்னர் பலரும் கண்ணகிக்குக் கோயில் கட்டி வழிபட்டனர்.

கோவலன்

பூம்புகாரில் ஒப்பற்ற செல்வமும், வண்மையும் உடைய பெருங்குடி வணிகனான மாசாத்துவானின் மகனாகத் தோன்றியவன் கோவலன். மதியைப் பழிக்கும் முகமுடைய மங்கையர் பலர், 'உலகத்தார் ஏத்துகின்ற செவ்வேளாகிய முருகனே இவன்' எனப் போற்றுகின்ற அளவிற்கு அழகுடையவன். தக்க பருவம் எய்தியதும் கண்ணகியின் கரம் பற்றினான். கலையனைத்தையும் ஆர்வத்துடன் கண்டு களித்துப் போற்றுகின்ற ஆற்றல் உடையவனாக விளங்கினான். சிறந்த கலா ரசிகன் என்று இளங்கோவடிகள் இவனைப் பாராட்டுகின்றார்.

கலையுணர்வாலும், ஊழ்வினையாலும் கண்ணகியைப் பிரிந்து மாதவியை அடைந்தான். அதே உணர்வின் மிகுதியால் அவளையும் வெறுத்துத் திரும்பி, அவல நிலைக்கு ஆளானான். இருப்பினும் அவனை கருணை மறவன் என்றும், செல்லாச் செல்வன் என்றும், இல்லோர் செம்மல் என்றும் சேர முனிவர் போற்றுகின்றார். இந்த மூன்று குணங்களும் பின்னால் விரிவாக விளக்கப்படு கின்றன. சுருங்கக் கூறின் குறையும், நிறையும் உடைய மனிதனாகத்தான் கோவலனை நமக்குக் காட்டுகின்றார் இளங்கோ.

மாதவி

அதே புகார் நகரில் கணிகையர் குலத்தில் சித்திராபதி யின் மகளாகத் தோன்றியவள் மாதவி. ஆடல், பாடல் அழகு முதலியவற்றில் அந்நகரில் ஒப்பாரும், மிக்காரும் அற்றவளாகத் திகழ்ந்தாள். பரதநாட்டியம் பயின்று ''தலைக்கோல் அரிவை'' என்னும் விருதைப் பெற்றாள். சோழன் கரிகாலனிடம் நாட்டியமாடி ஆயிரத்தெண் கழஞ்சு பொன் பரிசாகப் பெற்றாள்.

தன் அற்புதக் கலையை அனுபவிக்க வந்த கலா ரசிகனைக் கணவனாகவே எண்ணி வாழ்ந்த தூய நெறியினள் மாதவி. விலைமாதர்குலத்து உதித்த போதிலும் ஒழுக்க நெறியினின்றும் அணுவளவும் பிறழாமல் வாழ்ந்தாள். கோவலனை இழந்த உடன் அனைத்தையும் மறந்து இவ்வுலக இன்பத்தை வெறுத்து புத்த மடத்தினுள் புகுந்த புனிதவதி. தான் துறவறத்தை மேற்கொண்டதோடு உலகத்து அழகெல்லாம் திரண்டு ஓர் உருக்கொண்ட தன் ஒரே மகள் மலர்க்கொடியாம் மணிமேகலையையும் துறவியாக்கினாள். அறம் பல புரிய மணிமேகலையை அவனிக்கு அளித்த பெருமைக்குரியவள் இந்த ஆடல் அழகிதான்.

பாண்டியன் நெடுஞ்செழியன்

குற்றமற்ற கோவலனைக் கொன்றுவிட்ட உண்மையை அறிந்ததும்,

"மன்மதைக் காக்கும் தென்புலம் காவல்
என்முதல் பிழைத்தது கெடுகஎன் ஆயுள்"

எனக் கூறிய கொற்றவன் நெடுஞ்செழியன்.

"பொன்செய் கொல்லன் தன்சொற் கேட்ட
யானோ அரசன் யானே கள்வன்"

என்று கூறி இவ்வுலக வாழ்வை நீத்தவன் பாண்டியன் நெடுஞ்செழியன். செய்த குற்றத்தை ஏற்றுக்கொண்டு தன் குலத்திற்கு வர இருந்த பெரும் பழியைத் துடைத்த பெருமைக்குரியவன் இப்பாண்டியன்.

கோப்பெருந்தேவி

பழியறியாது வாழ்ந்த பாண்டியன் நெடுஞ்செழியனின் பட்டத்து அரசிதான் கோப்பெருந்தேவி. தன் கணவன் மாண்டதும்,

"கணவனை இழந்தோர்க்கு காட்டுவது இல்" என்று எண்ணி வருந்தி அவனது இணையடிகளைத் தொழுது தானும் வீழ்ந்து உயிர்விட்டாள். மங்கையரின் மாசு மறுவற்ற பெண்மையின் திண்மையை மண்பதையில் நிலை நாட்டியவள் அப்பெருமாட்டி.

கவுந்தியடிகள்

இளங்கோவடிகளால் படைக்கப்பட்ட பாத்திரங்களுள் கவுந்தியடிகள் சிறந்தவர் என்று கூறலாம். சமண மதக் கருத்துகளை இப்பெண்பாற் துறவி மூலம் கூறுகின்றார். இவர் ஒரு துணைப் பாத்திரமாக இருந்த போதிலும் படிப்பவர் உள்ளத்தில் பதிந்து விடுகிறார். அறிவு நலம்

வாய்ந்தவர். முதலில் கோவலனையும், கண்ணகியையும் சந்தித்தபோது தானும் மதுரைக்கு வருவதாகவும், அதற்குரிய காரணத்தையும் கூறுகின்றார். இதிலிருந்து அறிவைப் பெருக்கிக் கொள்வதிலுமுள்ள ஆர்வமும், அருக தேவனின் புகழைப் பரப்புவதிலுள்ள ஆர்வமும் தெள்ளிதின் புலனாகின்றன.

அதன் பின்னர் சோலையில் சாரணர் தோன்றி ஆண்டவனது பெருமையைக் கூறினர். கவுந்தியடிகள் அவர்களைத் தொழுது தன் ஐம்புலன்களையும் வென்று அல்லும், பகலும் அருக தேவனின் அருமை பெருமைகளைக் கூறிக் களிப்பதையே தொழிலாகக் கொண்டிருப்பதாகக் கூறினார்.

கண்ணகியையும், கோவலனையும் யார் என்று கேட்ட வம்பப்பரத்தையர்க்கும், தூர்த்தனுக்கும் பதில் சொல்லும் போது, ''அவர்கள் என் மக்கள்'' என்று பரந்த உள்ளத்துடன் கூறித் தூய பாசத்தின் இருப்பிடமாகக் காட்சியளிக்கிறார். அவர்கள் மறுபடியும் 'ஒரு தாயின் வயிற்றில் பிறந்தவர்கள் கணவன், மனைவியாக வாழ்க்கை நடத்துதல் உண்டோ?' எனக் கேட்டனர். உடனே அடிகளார் சினங்கொண்டு அவர்களைக் 'குறுநரிகள் ஆகுமாறு' சபித்துவிட்டார்.

பிறகு கோவலனும், கண்ணகியும் வேண்டிக் கொண்டதனால் பன்னிரு திங்கள் இன்னல் பல அடைந்த பின்னர் அவர்கள் முன்னைய உருவத்தை அடைய சாப விமோசனம் அளித்தார். இந்த நிகழ்ச்சியினால் அப் பெருமாட்டியின் தவத்தின் வலிமையும், இத்தம்பதிகளிடம் இவர் கொண்ட அன்பின் ஆழமும் புலனாகின்றன.

மாங்காட்டு மறையவன் புண்ணிய சரவணம், பவகாரணி, இட்ட சித்தி போன்ற பொய்கைகளில் நீராடிச் செல்லுமாறு கூறினான். கவுந்தியடிகள் அவனை நோக்கி,

"வாய்மையின் வழாது மன்னுயிர் ஓம்புநர்க்கு
யாவதும் உண்டோ எய்தா அரும்பொருள்"

என்று கேட்கின்றார். இதிலிருந்து இப்பெருமாட்டியின் ஒழுக்க நெறியையும், துணிவையும் ஓரளவு புரிந்து கொள்ள முடிகிறது. பழம்பிறப்பை உணர்ந்துகொள்ளும் ஆற்றல் உடையவர் என்பதும் தெற்றென விளங்குகிறது.

மதுரையில், ஒழுக்கநெறியினின்றும் தவறாமல் உயிர்களைப் பேணும் குணமுடைய இடையர் குலத் துதித்த மாதரியிடம் கண்ணகியை ஒப்படைப்பதே சாலச் சிறந்தது என எண்ணினார். அவ்வாறே அடைக்கலமாக ஒப்படைத்தார்.

தேவந்தி

காவியத் தலைவியாகிய கண்ணகிக்கு பார்ப்பனத் தோழியாக இருந்து பின்னர், பத்தினித் தெய்வத்திற்குப் பணிவிடை புரிகின்றாள்.

பாசண்டச் சாத்தன் மனைவியாகிய தேவந்தியே கண்ணகியின் தோழியாவாள். இவள் கோயிலுக்குச் சென்று கண்ணகியின் துன்பத்தைத் தீர்க்க வேண்டுமென வேண்டினாள். கண்ணகியிடம் வந்து, 'உன் கணவனைப் பெறுவாயாக' எனக் கூறினாள். அப்போது கண்ணகி, 'நான் பெறுவேனாயினும் என் நெஞ்சம் கனவினால் ஐயுறுகின்றது' என்றாள்.

இதுகேட்ட தேவந்தி, "நீ முற்பிறப்பில் கணவனுக்குச் செய்யவேண்டிய பணிகளில் தவறினாய். அதனால்தான் இப்பிறப்பில் துன்பப்படுகிறாய். காவிரியின் புகுமுகத்தில் சோமகுண்டம், சூரியகுண்டம் என்னும் இரு பொய்கைகள் உள்ளன. அவற்றில் நீராடிக் காமவேள் கோட்டம்

தொழுதவர்கள் கணவனைப் பெற்று இன்பமடைவர். நாமும் ஆடுவோம் வா'' என்றாள்.

இதைக் கேட்ட கண்ணகி, ''கணவனையே தெய்வ மெனக் கொண்ட குலமகளிர்க்குப் பிற தெய்வங்களைத் தொழுவது தகாது'' என்று மறுத்துவிட்டாள். அவ் வேளையில் கோவலன் வந்தான். கண்ணகி அவனை வரவேற்று உபசரித்தாள்.

பொற்கொல்லன்

இக் காப்பியத்தில் எதிர்த் தலைவன் என்று தனிப் பாத்திரம் ஒன்றும் இல்லை. ஊழையே எதிர்த் தலைவனாகக் கூறுவதுண்டு. ஆயின் முழு நிலைத் தீய செயல் பாத்திரமாகப் பொற்கொல்லன் அமைகின்றான். இங்கும் இளங்கோவடிகள் அவனைப்பற்றிக் கூறும்பொழுது, அவனது உள்ளக் கருத்து வெளிப்படுகின்றது.

''கண்ணுள் வினைஞர் கைவினை முற்றிய
நுண்வினைக் கொல்லர் நூற்றுவர் பின்வர
மெய்ப்பை புக்கு விலங்குநடைச் செலவின்
கைக்கோற் கொல்லனைக் கண்டன னாகி''

இராமாயணத்தில் வரும் பாத்திரமாகிய மந்தரையைக் கம்பர் 'கொடுமனக் கூனி தோன்றினாள்' என நேரடியாக அறிமுகப்படுத்தினார். அடிகள் அவ்வாறு நேரடியாகக் கூறாமல் அவன் நிலையை உணர்த்திச் செல்கின்றார்.

'கொல்லன்' என்ற சொல் பொன்னைக் கொல்பவன் என்று பொருள்படுவது. அது மட்டுமின்றிக் கோவலனைக் கொல்பவன் என்றும் பொருள் கொள்ளலாம். மனித வடிவில் அவன் இருந்தாலும் விலங்கிற்குரிய ஒழுக்கங்களே அவனிடம் உண்டு என்பதை 'விலங்கு நடைச் செலவு' என்ற சொற்றொடர் காட்டுகிறது.

'மெய்ப்பை புக்கு' என்பதற்குச் சட்டையை அணிந்து என்று பொருள் கொள்வதோடு அமையாமல், உண்மையை மனத்தில் வைத்துப் பொய்மையைப் புறத்தில் கூறுபவன் என்று விளக்குவதாகவும் கொள்ளலாம். கொல்லர் கைவினை முற்றியவர். கோவலன் ஊழ்வினை முற்றியவன். பொற்கொல்லனின் கைக்கோல் தென்னவனின் செங்கோலை வீழச் செய்யும் என்பதை முன்னினைத்தே, ஏற்ற சொற்களைப் பெய்து அறிமுகப்படுத்துகிறார் ஆசிரியர்.

இவ்வாறு பாத்திரங்களை அறிமுகப்படுத்தும் போது சிலரை நேரிடையாகவும், சிலரை அவர்களே பேசிக்கொண்டு வருவது போன்றும், சிலரைக் குறிப்பாகவும் தருகின்றார். பாத்திர அறிமுகத்திற்கும் இவருக்கெனத் தனி நிலையும், உத்தியும் உண்டு என்பதை இவைகள் விளக்கும்.

மாடலன்

சிலம்பில் ஒரு கிளைப் பாத்திரமாக மாடலன் அமைக்கப்பட்டுள்ளான். சிலப்பதிகாரக் கதையை முழுவதும் அறிந்த இவன் ஒரு நாவலன். கண்ணகியின் புகழ் பாடுகிறவர் கவுந்தியடிகள். கோவலனின் புகழ்பாடு கிறவன் மாடலன்.

மாடலன் சோழ நாட்டில் அமைந்த தலைச் செங்கானம் என்னும் ஊரைச் சேர்ந்தவன். நான்கு மறைகளையும் நன்கு கற்றவன். நலம் புரிதலையே கொள்கையாகக் கொண்டவன். நீராடுதல், மலைவலம் போன்றவை வாழ்வில் ஏற்படும் தீவினைகளையும், துன்பங்களையும் போக்குவதற்குத் துணை புரியும் என்று நம்பி அவற்றைக் கடைப்பிடிப்பவன். உலக இயல்பை, உலக நிலையாமைகளை உணர்ந்து உணர்த்தும் திறன் பாராட்டத்தக்கது.

மாடலனுக்குச் சேர, சோழ, பாண்டிய நாடுகள் நன்கு தெரிந்தவையாம். அவனிடம் வடநாட்டு அறிவும் தெரிந்திருக்கிறது. கோவலன் மதுரையில் புறநகரில் கவுந்தியடிகளிடம் பேசிக்கொண்டிருந்தான். அப்போது குமரியாடி வரும் மாடலன் அங்கு வந்து சேர்ந்தான். கோவலனுக்கு நேர்ந்த துன்ப நிலையைக் கேட்டறிந்து மிகவும் வருந்தினான். கோவலனுக்கு ஆறுதல் கூறினான். அவனைக் கருணை மறவன், செல்லாச் செல்வன், இல்லோர் செம்மல் என்றெல்லாம் புகழ்ந்து பாராட்டினான்.

இவ்வாறான நல்வினைகளை இம்மையில் செய்த கோவலன், கண்ணகியுடன் புகாரைவிட்டு மதுரைக்கு வரவேண்டிய காரணம் பழைய வினையாகத்தான் இருக்கும் என வணங்கிய கோவலனுக்கு வாழ்த்துரை கூறினான் மாடலன்.

சிலப்பதிகாரக் கதையில் மாடலன் மீண்டும் தோன்றுவது வஞ்சிக் காண்டத்தில்தான். சேரன் செங்குட்டுவன் வடநாடு சென்று கனக விசயர் தலையில் கல்லேற்றிக் கங்கைக் கரைக்குக் கொணர்ந்து நீர்ப்படை செய்துவிட்டுப் போரிட்ட வீரர்களுக்கு வானக பொலந்தோடு வழங்கிக் கொண்டிருந்தான். அந்த நேரத்தில் கங்கைக் கரையில் மாடலன் தோன்றினான். தோன்றிய மாடலன்,

''வாழ்க எங்கோ மாதவி மடந்தை
கானற் பாணி கனக விசயர்தம்
முடித்தலை நெரித்தது முதுநீர் ஞாலம்
அடிப்படுத் தாண்ட அரசே வாழ்க''

எனப் பேசினான்.

மாதவியின் கானல்வரி கனகவிசயர் முடித்தலையை நெரித்தது என்று சிலப்பதிகாரக் கதையை ஒரு வாக்கியத்தில்

கூறிவிட்டான். இதன் கருத்து, சேரன் செங்குட்டுவனுக்குப் புரியும். கதையைப் படிக்கின்ற நமக்கும் தெரியும். ஆனால் கங்கைப் படியில் கூடியிருந்த வடநாட்டு மன்னர்களுக்குப் புரியுமா? எனவே செங்குட்டுவன் இதன் பொருளைக் கூறுமாறு வேண்டிய பொழுது, மாடலன் ஒன்பது வரிகளில் சிலப்பதிகாரக் கதையைச் சுருங்கக்கூறி விளங்க வைத்துவிட்டான். அப்பகுதி வருமாறு -

''கானலம் தண்துறைக் கடல்விளை யாட்டினுள்
மாதவி மடந்தை வரிநவில் பாணியோடு
ஊடற் காலத்து ஊழ்வினை உருத்தெழக்
கூடாது பிரிந்து குலக்கொடி தன்னுடன்
மாட மூதூர் மதுரை புக்காங்கு
இலைத்தார் வேந்தன் எழில்வான் எய்தக்
கொலைக்களப் பட்ட கோவலன் மனைவி
குடவர் கோவே நின்னாடு புகுந்து
வடதிசை மன்னர் மணிமுடி யேறினாள்.''

(நீர்ப்படைக் காதை 57 - 65)

கங்கைக் கரையின்கண் மாடலனும் தங்கினான். அடுத்த நாள் அவனைச் செங்குட்டுவன் அழைத்துத் தன் உறவினனான சோழனின் நாட்டு நலம் குறித்து மாடலனிடம் கேட்டறிந்தான். பின் செங்குட்டுவன் தன் எடையளவு பொன்னை மாடலனுக்கு அளித்தான். அடுத்து மாடலன் நடுகற் காதையில் தோன்றுகிறான்.

அவனது உபதேசங்களைக் கேட்ட செங்குட்டுவன் சிறைப்படுத்தப்பட்ட ஆரிய அரசர்களை விடுவித்து விட்டு கண்ணகி விழாவும் வேள்வியும் செய்யத் தொடங்கினான். மாடலனால் சோழ, பாண்டியருடன் நடக்க இருந்த போர் நிறுத்தப்பட்டது. செங்குட்டுவனின் வீர உணர்வு அறவழிக்கு மாற்றப்பட்டது.

எனவே மாடலன் ஒரு மாட்சிமை மிக்க சொல் வன்மையுடைய, உலக அறிவு நிறைந்த கல்வியில் வல்ல, குறையாக் கேள்வியுடைய செவ்விய கிளைப் பாத்திரம். இப்பாத்திரத்தைக் கதையின் கட்டுக்கோப்புச் சிறப்பதற்காக இளங்கோஅடிகள் மிக நுட்பத்துடன் விரகுடன் படைத்துள்ளார்.

மகளிர் மூவர் ஒரு கண்ணோட்டம்

சிலம்பில் சிறப்பாக மூன்று மகளிர் இடம் பெற் றுள்ளனர். மனையறம் பூண்டு மணாளனோடு வாழ்ந்தவள் கோப்பெருந்தேவி. கற்பின் விளக்காய் காவியத் தலைவியாய்ப் படைக்கப்பட்டவள் கண்ணகி. பொது மகளாகப் பிறந்தும் ஒருவனுடைய மனைவியாக வாழ எண்ணி வாழ்ந்து காட்டியவள் மாதவி. இம்மூன்று மகளிரும் இல்லற அறத்தை ஏற்று அதற்கேற்பத் தன் வாழ்க்கையை அமைத்துக்கொண்டு வாழ வேண்டுமென்ற எண்ணம் படைத்தவர்களே.

இல்லறம் ஒன்றாயிருப்பினும் அறத்தோடு பொருந்திய வாழ்வு அனைவர்க்கும் ஒன்று போல் அமைவதில்லை. இதை அடிப்படையாகக் கொண்டு இம்மூன்று மகளிரின் கற்பில் சிலர் ஏற்றத்தாழ்வு காண முற்படுகின்றனர். கணவன் மறைவை ஆற்றாமல் கணவனோடு இறந்துபட்டவள் கோப் பெருந்தேவி. கணவன் இறந்ததும் தான் இறந்துபடாமல் சில நாள் இருந்து மறைந்தவள் கண்ணகி. கணவன் மறைந்தபின் கைம்மை நோன்பு பூண்டு தவமிருந்தாள் மாதவி. இம்மூன்று மகளிரின் வாழ்விலும் கற்பு மண்டிக் கிடக்கின்றது. இருப்பினும் இவருள் கற்பிற் சிறந்தவர் யார்? ஏன்?

ஒருவர் வாழ்க்கை அமைப்பு போல இன்னொருவர் வாழ்க்கை அமைப்பு பெரும்பாலும் உருவாவதில்லை. கோப்பெருந்தேவிக்குக் கணவன் இறந்தபின் ஆற்ற

ஐம்பெரும் காப்பியங்கள்

வேண்டிய கடமை எதுவும் இல்லை. துடைக்க வேண்டிய பழிச் சொல்லோ, நெறிப்படுத்தி வாழ வைக்க வேண்டிய மக்களோ அவளுக்கு இல்லை. ஆகவே அவள் பாண்டியன் இணையடிகளைத் தொழுது வீழ்ந்து உடனே இறந்தாள்.

பழிச் சொல் நீங்கியதும் கண்ணகியின் வாழ்க்கை நிறைவுற்று முழுமை பெற்றுவிடுகிறது. கடமைத் தெய்வமாகிய கண்ணகிக்கு இவ்வுலகில் இனி ஆற்ற வேண்டிய கடமை எதுவும் இல்லை. கடமையை நிறைவேற்றியதும் கணவனோடு கலந்து விடுகிறாள்.

மாதவியும் கடமையை நிறைவேற்றப் பல நாள் வாழ்ந்தாள். துறவு நெறியில் வீரங்கொண்டு வாழ்க்கை நடத்திய மாதவியும் ஒரு வீரமாபத்தினியே. கண்ணகிக்கு இணையே யாம்.

மும்மகளிரும் வீரக்கற்பு, மறக் கற்பு உடைய மாபெரும் பத்தினிகளே. இவர்கள் கற்பில் ஏற்றத் தாழ்வு இல்லை. ஒத்த நிலையே உண்டு. ஊழ்வலியால், சமுதாய அமைப் பால், குலமரபால் தங்கள் தங்கள் வாழ்க்கைப் போக்கும், இன்ப துன்பங்களும், புறச்செயல்களும் வெவ்வேறானாலும் குறிக்கோளில் மூவரும் ஒரே நிலையை உடையவர்களே.

கோவலனின் குண நலன்கள்

இளங்கோவடிகளால் ஒரு சில குறைகள் உள்ள பாத்திரமாகப் படைக்கப்பட்ட கோவலன் மற்றவர்கள் போற்றிப் புகழ்கின்ற அளவிற்கு அருங்குணங்கள் பல பெற்றவனாகவும் காட்சியளிக்கின்றான். சிறந்த கலா ரசிகனாகவும், பிறப்பின் மூலம் உயர்வு தாழ்வு கருதாதவனா கவும், அன்பு, அருள், இரக்கம், வீரம், வள்ளல் தன்மை போன்ற அரும் பண்புகள் உடையவனாகவும் கோவலனை இளங்கோவடிகள் காட்டுகின்றார்.

கருணை மறவன்

கோவலன் தனக்கு மாதவியிடம் பிறந்த மலர்க்கொடிக்கு ‘மணிமேகலை’ என்னும் பெயர் சூட்டி மகிழ்ந்திருந்த நன்னாளில், வயது முதிர்ந்த மறையோன் ஒருவன் அவனை நோக்கி தானம் பெறத் தளர்ந்த நடையுடன் வந்து கொண்டிருந்தான். அது போழ்து பாகர்களுக்கு அடங்காமல் அதிக சினத்துடன் வந்த மதயானை அம்மறையோனைப் பற்றிக்கொண்டது. இதைக் கண்ட கோவலன் உடனே ஓடிச் சென்று, தன் உயிரைத் துரும்பென மதித்து யானையின் துதிக்கையினின்றும் அம்மறையோனை விடுவித்தான். பிறகு அதனுடன் போரிட்டு வென்று கரிய, பெரிய குன்றின்கண் இருந்த வித்தியாதரனைப் போல் அதன் பிடரியின் மேல் இருந்து அந்த யானையின் மதத்தை அடக்கினான். இவ்வாறு மறையோனுக்கு ஏற்பட்ட துன்பத்தைக் கண்டு ஆற்றாது விரைந்து சென்று அத்துன்பத்தினின்றும் அவனை விடுவித்த தாலும் தன்னுயிர்க்கு அஞ்சாமல் அதன் மீது பாய்ந்து அதை அடக்கியதாலும் இளங்கோவடிகள் அவனைக் ‘கருணை மறவன்’ என்று கூறுகின்றார்.

செல்லாச் செல்வன்

அந்தணர் ஒருவர் கீரிப்பிள்ளை ஒன்றைத் தன் குழந்தை யைப் போலவே வளர்த்து வந்தார். அவரது மனைவி ஒருநாள் குழந்தையைக் கீரியின் பாதுகாப்பில் இருத்திவிட்டு நீர் கொணரச் சென்றாள். அது போழ்து குழந்தையை நோக்கி அரவொன்று வர, கீரி அதைக் கொன்று உதிரம் படிந்த வாயுடன் பார்ப்பினி வரும் வழியில் எதிரே நின்றது. அப்பெண், அக்கீரி தன் குழந்தையைக் கொன்றது எனக் கருதி அதனை அடித்துக் கொன்றாள். இதையறிந்த அந்தணர் அவளது கையில் உணவு வாங்கி உண்ணும் வாழ்க்கை

இழிவுடையதென்று கருதி, அவளைப் பிரிந்து கானகம் நோக்கிச் சென்றார்.

அப்பெண், 'கடைவீதியிலும் பெருங்குடி வணிகர் வாழும் மாடங்கள் நிறைந்த மறுகிலும் ஏனையோர் இல்லங்களிலும் சுழன்று திரிந்து பாவத்தைப் போக்கும் பயனைக் கொள்ளுங்கள்' என்று கூறிச் சென்றாள். இதைக்கண்ட கோவலன், அவளது துன்பத்திற்குரிய காரணத்தைக் கேட்டறிந்து, அதைப் போக்குவதாக உறுதி கூறினான். பின்னர் வேதம் உணர்ந்த வித்தகர்கள் கூறியதற்கொப்ப கொலைத் தொழில் புரிந்தவளாகிய அப்பார்ப்பிணி செய்த பாவம் ஒழியும் வண்ணம் தானம் பல செய்து அவளுடைய துன்பத்தைப் போக்கியதுடன் கானகம் சென்ற மறையவனையும் அழைத்து வந்து மறுபடியும் அவர்களுக்குப் பெரும் பொருள் கொடுத்து அவர்களது வாழ்க்கையில் இன்பப் பயிர் தழைத்து வளரச் செய்தான். இதனால்தான் இளங்கோவடிகள் கோவலனைச் 'செல்லாச் செல்வன்' என்று சொல்லிச் சிறப்பிக்கின்றார்.

இல்லோர் செம்மல்

பத்தினி ஒருத்தியின் மேல் பெரும் பழியைச் சுமத்த நினைத்த அறிவற்ற ஒருவன் பொய்ச் சாட்சி கூறினான். ஆகவே அவன் சதுக்கப் பூதத்திடம் அகப்பட்டான். அவ்அறிவிலியின் தாய் கூறும் துயரம் கண்டு கோவலன் பூதத்திடம் சென்று அவனது உயிர்க்குப் பதிலாகத் தன்னுயிரை எடுத்துக் கொள்ளும்படியும், அவனை விட்டுவிடும்படியும் வேண்டினான். இதைக் கேட்ட பூதம், ''பாவி ஒருவனுடைய உயிர்க்குப் பதிலாக அறச் செல்வனது உயிரை எடுத்துக் கொள்ளமாட்டேன்,'' எனச் சொல்லி அறிவிலியைக் கொன்று தின்றது. பின்னர்க் கோவலன், தனக்கு இருந்த ஒரே மகனையும் இழந்து தவிக்கும் தாயை

அவளது இல்லத்திற்கு அழைத்துச் சென்று அவளுக்கும், அவளது சுற்றத்தார்க்கும் பெரும் பொருள் கொடுத்து, பல ஆண்டுகள் காத்து, 'இல்லோர் செம்மல்' ஆக விளங்கினான்.

கோவலனது இத்துணைச் சிறப்பையும் அறிந்து இருந்ததனால்தான் தலைச் செங்கானத்து மறையவனாகிய மாடலன் குமரியாடி மீண்டு வரும் வழியில் கோவலனைக் கண்டு,

''இம்மைச் செய்தன யானறி நல்வினை
உம்மைப் பயன்கொல் ஒருதனி உழந்து இத்
திருத்தகு மாமணிக் கொழுந்துடன் போந்தது
விருத்தகோ பாலநீ''

என்ற வரிகளின் மூலம் கோவலன் இப்பிறப்பில் எந்த விதக் குற்றத்தையும் செய்யவில்லை என்று சொல்லுகின்றான்!

2

மணிமேகலை

ஆசிரியர்: மதுரை கூலவாணிகன் சாத்தனார்

இந்திர விழா

ஆதி காலத்தில் அகத்திய முனிவர் புகார் நகரை வளமுறச் செய்ய நினைத்தார். அவரது ஆணையின்படி தூங்கெயில் எறிந்த தொடித்தோள் செம்பியன் என்னும் சோழன் இந்திரனை வணங்கி, அவனது அனுமதி பெற்று இருபத்தெட்டு நாள் இந்திரவிழா நடத்தினான். அதன் பின்னர் அவனது பரம்பரையினர் ஆண்டுதோறும் அவ்விழாவை நடத்தி வந்தனர்.

அவ்வாறே அவ்வாண்டும் நடத்த நகர மக்களும், சமயவாதிகளும் நிச்சயித்தனர். விழாவை நகரத்தாருக்கு அறிவிக்குமாறு முரசு அறைவோனுக்குக் கூறினர். அவன் வச்சிரக் கோட்டத்திலுள்ள முரசை யானையின் பிடரியில் ஏற்றி ஊரை வாழ்த்தினான். பின்னர்,

"வானம் மும்மாரி பொழிக மன்னவன்
கோள்நிலை திரியாக் கோலோன் ஆகுக"

என்று வாழ்த்தினான்.

"கற்றறிந்த பெரியோர்களே! இந்திரவிழா நடக்கும் காலத்தில் எல்லாத் தேவர்களும் இங்கு வருவர். ஆதலின் பூரண கும்பம், பொற்பாலிகை, பாவைவிளக்கு ஆகிய வற்றைப் பரப்புங்கள். குலைக் கமுகு, குலை வாழை, கரும்பு, வஞ்சிக்கொடி, பூங்கொடி ஆகியவற்றைக்

கட்டுங்கள். தூண்களில் முத்து மாலைகளைத் தொங்க விடுங்கள். வீதிகளிலும் மன்றங்களிலும் பழைய மணலை மாற்றிப் புது மணலைப் பரப்புங்கள். துகிற் கொடிகளை மாடங்களிலும், வாயில்களிலும் கட்டுங்கள்.

"சிவபெருமான் முதல் சதுக்கப் பூதம் ஈறாகவுள்ள எல்லாக் கோயில்களிலும், பூசைகளும், விழாக்களும் செய்யுங்கள். அறவோர்களே! பந்தர்களிலும் அம்பலங்களிலும் தருமோபதேசம் செய்யுங்கள். சமயவாதிகள் சமயவாதம் புரியுங்கள். அனைவரிடமும் அன்பாய் பழகுங்கள்" என்று கூறி முரசறைந்து இந்திரவிழாவை அறிவித்தான்.

ஊரலர்

புகார் நகரில் இந்திரவிழா நடைபெற்றது. அந்த விழாவின்போது பண்டை வழக்கப்படி நடனம் ஆடுவதற்கு மணிமேகலையும், மாதவியும் வரவில்லை. மாதவியின் தாய் சித்திராபதி மனம் புழுங்கினாள். வயந்தமாலையை அழைத்து, "நீ மாதவியிடம் சென்று, விழாவிற்கு அவ் இருவரும் வராதிருத்தல் பற்றி ஊரார் கூறும் பழமொழியை அவளுக்குச் சொல்லி வா" என்று அனுப்பினாள். அவளும் அவ்வாறே சென்று சித்திராபதி கூறியவற்றை மாதவியிடம் கூறினாள்.

"கணவன் கொலையுண்டதற்குப் பொறாளாய் மிகச் சினந்து மதுரையை எரித்த பத்தினிக் கடவுளாகிய கண்ணகியின் மகள் மணிமேகலை, தவ வழியிற் செல்லுதற்கு உரியளேயன்றி மிகவும் இழிந்த பரத்தமை தொழிலுக்கு உரியவள் அல்லள். ஆதலின் அவள் அங்கு வாராள். நான் இங்கு வந்து அறவண அடிகளை வணங்கி என் காதலன் மதுரையில் கொலையுண்டது முதலிய பெருந்துன்பத்தை வருந்திச் சொல்லி முறையிட்டேன். அவர் எனக்கு நால் வகை வாய்மைகளையும் அருளிச் செய்து பஞ்ச

ஐம்பெரும் காப்பியங்கள்

சீலத்தை உபதேசித்தார். நான் அவற்றைக் கடைப்பிடித்து வருகிறேன். நானும் அங்கு வர இயலாது. இச்செய்தியை என் தோழிகளுக்கும், என் தாய் சித்திராபதிக்கும் சொல்'' என்று மாதவி கூறினாள்.

அது கேட்ட வயந்தமாலை செய்வது அறியாது சித்திராபதியிடம் திரும்பி வந்து நடந்ததைக் கூறினாள்.

மலர்வனம்

மேற்கூறியவாறு மாதவி வயந்தமாலையிடம் சொல்லிக் கொண்டிருந்த செய்திகளை மணிமேகலை செவிமடுத்தாள். அவள் தன் பெற்றோர்களுக்கு மதுரையில் நேர்ந்த துன்பச் செய்திகளை கேட்டு மனம் கலங்கினாள். அழுது கண்ணீர் வடித்தாள். அவள் தொடுத்துக் கொண்டிருந்த மலர்மாலை அவளது கண்ணீரால் நனைந்தது. இதைக் கண்ட மாதவி மகளின் கண்ணீரைத் துடைத்து, ''இம்மலர் மாலை உன் கண்ணீரால் தன் புனிதத் தன்மையை இழந்தது. ஆதலால் வேறு மாலை தொடுப்பதற்கு நீ சோலைக்குச் சென்று புதுமலர் பறித்து வா'' என்றாள்.

சுதமதி மாதவியை நோக்கி, ''அம்மா! மணிமேகலை யைப் பூப்பறிப்பதற்குத் தனியே அனுப்பலாகாது. இந்நகரத் திற்கு நான் வந்த காரணத்தைக் கூறுகிறேன், கேள். என் தந்தை கௌசிகன் என்னும் அந்தணன்; சண்பை நகரத்தினன். நான் தனியே சென்று ஒரு சோலையில் மலர் பறித்தேன். அப்போது இந்திரவிழாவிற்கு வந்த மாருதவேகன் என்னும் வித்தியாதரன் என்னைத் தூக்கிச் சென்று, இன்புற்று பின்னர் இந்நகரில் கொண்டு வந்து விட்டுச் சென்றான்.

''மகளிர் தனியே செல்லுதலால் உண்டாகும் தீங்கு இத்தகையது. ஆதலால் மணிமேகலையைத் தனியே அனுப்ப வேண்டா; இவளுடன் நான் துணையாகச் சென்று வருகிறேன். இந்நகரில் இலவந்திகை, உய்யானம்

சம்பாதிவனம், கலேரவனம் போன்ற சோலைகள் பல உள. எனினும், உவவனமே சாலச் சிறந்தது. அதனுள் பளிங்கு மண்டபம், பதும பீடம் முதலிய அதிசயப் பொருள்கள் உள. நாங்கள் உவவனம் சென்று வருகிறோம்'' என்று கூறி சுதமதி மணிமேகலையை அழைத்துச் சென்றாள்.

அவர்கள் இருவரும் வீதி வழியே நடந்து சென்றனர். வழியில் களிமகன், பித்தன் ஆகியோரை வேடிக்கை பார்த்துக்கொண்டிருந்த மக்கள் மணிமேகலையைச் சூழ்ந்து கொண்டனர். 'மிக்க அழகுடைய இவளைத் தவ வழியிற் புகுத்திய தாய் மிகவும் கொடியவள்' என்று சொல்லி அவளுடைய அழகைப் பாராட்டினர். மணிமேகலை சுதமதியோடு மெல்லச் சென்று உவவனத்தில் மலர் கொய்வதற்குப் புகுந்தாள்.

பளிக்கறை

மணிமேகலை உவவனத்தின் வளங்களையும், அங்குள்ள பொய்கையின் அழகையும் சுதமதி காட்டக் காண்பாள் ஆயினாள். சோழன் மகன் உதயகுமாரன் பல நாளாக மணிமேகலையை விரும்பிக் கொண்டிருந்தான். அவள் சோலைக்குச் சென்றாள் என்று அவனது நண்பன் எட்டிக் குமரன் கூறியதைக் கேட்டு, ''அங்கே போய் மணிமேகலையை என் தேரில் ஏற்றிக் கொண்டு வருவேன்'' என்று அவனுக்குச் சொல்லி விட்டுத் தேரைச் செலுத்திச் சென்று உவவனத்தின் மதில் வாயிலை அடைந்தான்.

தேரொலி கேட்டு, மணிமேகலை பளிக்கறையுள் புகுந்து தாழிட்டுக் கொண்டாள். சுதமதி சற்று தூரத்தில் போய் நின்றாள். உதயகுமாரன் சுதமதியைக் கண்டு, ''ஏன் தனியே நிற்கிறாய்? நீ மணிமேகலையுடன் வந்தாய் என்று அறிந்தேன். நீங்கள் வந்த காரியம் யாது?'' என்று வினவினான்.

"இளமைப் பருவத்தில் முதுமை வேடம் பூண்டு வழக்கை விசாரித்து நீதி செலுத்திய கரிகாற் சோழனுடைய வழித் தோன்றலே! நீ வயதில் இளையவனாயினும் அறிவில் முதிர்ந்தோன் அல்லனோ? உனக்கு மகளிர் புத்தி சொல்ல வேண்டுமோ? என்றாலும் ஒன்று கூறுவன், கேள் -

"இவ்வுடம்பு முன்செய்த வினையின் பயனால் வந்து வாய்த்தது. இதுவே இனிவரும் நல்வினை - தீவினை களாகிய புண்ணிய பாவங்கட்கும் உரிய விளைநிலமாக அமைந்தது. புனையப்படுவனவாகிய பலவற்றையும் நீக்கிவிட்டால் புலால் கொண்ட இவ்வுடம்பு புறத்தே கழித்து எறியப்படுகின்றதோர் ஆபாசத்தன்மையை உடையது.

இளமையினின்று மூப்பை அடைந்து செத்து அழிவற்றுப் போகும் இயல்புடையது. கொடிய நோய்களின் இருப்பிடமாக அமைந்தது. பற்றுகளின் பற்றுதலுக்குரிய இடமாக உள்ளது. குற்றங்களுக்கு ஒரு கொள்கலமாக இருப்பது. புற்றில் அடங்கிக் கிடக்கும் பாம்பைப் போன்று விளங்கும் சினத்தை உடையது. துன்பம், மனக்கவலை, செயலற்ற தன்மை, நீங்காத வருத்தம் ஆகிய நான்கையும் உள்ளத்தில் கொண்டது. நீ புகழ்ந்து போற்றிய மக்கள் யாக்கையின் தன்மை இதுவே, என்பதை உணர்வாய். தெளிவு பெறுவாயாக" என்று சுதமதி உதயகுமாரனுக்கு அறிவுரை கூறினாள்.

இவ்வார்த்தைகள் உதயகுமாரனின் செவியிற் புகு முன்னரே பளிக்கறையினுள் இருந்த மணிமேகலையின் உருவம் அவன் கண்ணுக்குத் தோன்றியது.

மணிமேகலா தெய்வம்

தோன்றியவுடன், அவ்வடிவத்தை மணிமேகலையின் வடிவம் என்று நிச்சயித்து அந்தப் பளிக்கறையினுள்ளே

செல்வதற்கு நினைத்த உதயகுமாரன் சுவரைக் கையால் தடவிக்கொண்டே சுற்றி வந்தான். சுதமதியைப் பார்த்து, "மணிமேகலை எத்திறத்தினள் சொல்" என்றான்.

சுதமதி கூறுவாளாயினாள்: "அவள் தவ ஒழுக்க முடையவள். குற்றம் செய்தாரைச் சபிக்கும் தன்மை உடையவள். சிறிதும் காம விகாரம் இல்லாதவள். ஆதலின் நீ அவளை விரும்புதல் தக்கதன்று" என்றாள். அதைக் கேட்ட உதயகுமாரன்,

"அவள் எத்தன்மையள் ஆயினும் ஆகுக. எப்படியும் எனக்கு உரியவள் ஆகக் கடவள்" என்று கூறி, சுதமதியைப் பார்த்து, "நீ ஏன் சமணப் பள்ளியைக் கைவிட்டாய்" என்றான்.

"என் தந்தை பசு முட்டிக் குடல்வெளிவந்து கலங்கிய போது சமணர்கள் இரக்கமின்றி இருந்தனர். புத்த முனிவன் சங்க தருமன் அன்போடு மருந்தளித்து குணப்படுத்தினான். அதனால் சமண் நீங்கிப் பௌத்தம் சேர்ந்தேன்" என்று காரணம் காட்டினாள்.

அது கேட்ட உதயகுமாரன், "உலகியல்பை அறிந்து கொண்டேன். மணிமேகலையை சித்திராபதியால் இனி அடைதலும் கூடும்" என்று சொல்லிச் சென்றான்.

சென்றவுடன் மணிமேகலை பளிக்கறையினின்றும் வெளியே வந்து சுதமதியை நோக்கி, "அன்பிலள்; தவ உணர்ச்சியில்லாதவள். வருணகாப்பிலள்; விலைமாது என்று என்னை உதயகுமாரன் இகழ்ந்தானென்று நினையாமல் அவன் பின்னே என் நெஞ்சம் சென்றது. இதற்குக் காரணம் யாது?" என்று கேட்டாள்.

அப்பொழுது இந்திரவிழாவைக் காண வந்த மணிமேகலா தெய்வம் ஒரு மடந்தை வேடம் பூண்டு அங்கு வந்து ஸ்ரீ பாத பீடிகையை வலம் வந்தது. புத்தனைப் போற்றியது. கதிரவன் மறைய மாலைப் பொழுது ஆயிற்று.

சக்கரவாளக் கோட்டம்

மாலை நீங்கி, திங்கள் தோன்றியது. பெண் உருக் கொண்ட தெய்வம், ''இது அறவோர் வனம் என அரச குமாரன் இப்போது சென்றுவிட்டான். வீதியிற் கைப்பற்றுவான். மதிலின் மேலைத் திசை வழியாகப் போய்ச் சக்கரவாளக் கோட்டத்தை அடையுங்கள்'' என்று அறிவுறுத்திற்று.

''சுடுகாட்டுக் கோட்டத்திற்குச் சக்கரவாளக் கோட்டம் என்று பெயர் வந்த காரணம் யாது?'' என்று சுதமதி வினவினாள்.

''சார்ங்கலன் என்னும் பார்ப்பனச் சிறுவன் வழி தவறிச் சுடுகாடு சென்றான். பிணத்தைச் தின்றாடும் பேய்க் கூத்தைக் கண்டு கலங்கிப் பேய்க் கோட்பட்டுத் தன் உயிரைத் தாய் முன் விட்டான். தாய் கோதமை, ''என் கணவனோ கண்ணில்லான். உதவிய ஒரு மகனையும் பேயுண்டது. என் உயிர் கொண்டு இவனுயிர் தா'' என்று சம்பாபதி தெய்வத்தின் முன் கூக்குரல் இட்டாள்.

''சென்ற உயிர் மீள்விக்கும் தன்மை எனக்கில்லை. எத்தேவர்க்கும் இல்லை'' என்று கூறி அதை மெய்ப்பிக்கச் சம்பாபதி தெய்வம் பிரம்மா முதலாய தெய்வங்களைத் தன்னாற்றலால் அங்குக் கூட்டிற்று. அங்குச் சக்கரவாளக் கோட்டம் ஒன்று அமைக்கப்பட்டது. இதுவே அப்பெயர் வந்ததன் காரணம்'' என்று விளக்கியது.

முடிவில் சுதமதியும், மணிமேகலையும் உறங்கி விட்டனர். மணிமேகலையை மட்டும் மணிமேகலா தெய்வம் தூக்கிச் சென்று மணிபல்லவத் தீவில் வைத்து நீங்கியது.

துயில் எழுப்பியது

மலர்வனத்தில் மணிமேகலையைக் கண்ட உதயகுமாரன் அவள் நினைவாகவே படுக்கையில் கிடந்தான். அவன் முன்னர் மணிமேகலா தெய்வம் தோன்றியது.

"மன்னவன் மகனே! அரசனது செங்கோல் நிலை திரிந்து போனால் கோட்களின் நிலையும் திரியும். கோட்களின் நிலை திரிந்தால் மழை பெய்யாமல் நாடு வறட்சியுறும். உயிர்களும் அழிந்து போகும். மன்னனின் தகைமையும் இல்லாற்போகும். அதனால் தவத்தின் கூறுபாட்டினை மேற்கொண்ட மணிமேகலையின் மேல் நீ வைத்த தீய விருப்பத்தைக் கைவிடுவாயாக" என்று உரைத்தது.

அதன் பின்னர் உவவனம் சென்று அங்கே தூங்கிக் கொண்டிருந்த சுதமதியை எழுப்பி, "நான் மணிமேகலா தெய்வம்; இந்நகரில் நடக்கும் இந்திரவிழாவைக் காண்பதற்கு வந்தேன். நீ அஞ்சாதே. பௌத்த சமய வழியே செல்வதற்குரிய நற்காலம் மணிமேகலைக்கு உண்டாயிற்று. ஆதலால் அவளை எடுத்துச் சென்று மணிபல்லவத் தீவில் வைத்தேன்.

தன்னுடைய முற்பிறப்பில் நிகழ்ந்த செய்தியை அறிந்துகொண்டு அவள் இன்றைக்கு ஏழாவது நாளில் இங்கு வந்து சேர்வாள். இந்நகரில் வேறு வடிவம் கொள்வாள் ஆயினும் அவள் உனக்கு எதையும் ஒளிக்க மாட்டாள். இங்கே அவள் புகும் நாளில் பல அற்புதங்கள் நிகழும். நான் வந்ததையும் மணிமேகலை நல்வழியிற் சென்றதையும் மாதவிக்குச் சொல்வாயாக, மாதவி முன்னமே என்னை அறிவாள்" என்று கூறியது.

அதன் பின்னர் சுதமதி எழுந்து மணிமேகலையின் பிரிவால் வருந்தி, சக்கரவாளக் கோட்டத்தை அடைந்தாள். பொழுது புலரும் அளவும் அவ்விடத்தேயிருந்து சூரியன்

உதித்தவுடன் எழுந்து மாதவியிடம் சென்றாள். முதல் நாளில் நிகழ்ந்தவற்றைச் சொன்னாள். மாதவி துயரக் கடலில் ஆழ்ந்தாள்.

மணிபல்லவம்

மணி பல்லவத்தில் கடலருகே மணலில் துயின்ற மணிமேகலை துயில் உணர்ந்து நாலா பக்கங்களையும் பார்த்தாள். தனக்குத் தெரிந்த பொருள் யாதொன்றும் அங்கே காணப்படவில்லை. தான் முன்பிருந்த இடத்தைத் துறந்து வேறிடத்துச் சென்று பிறந்த உயிர் போன்றவளாகத் திகைத்து நின்றாள். சூரியன் உதித்தான். மணிமேகலை தன்னுள் அஞ்சியவளாய்,

"இது உவ வனத்தில் நான் முன்பு பார்க்காத இடமோ; மாயமாகத் தோன்றிய அம்மடந்தையின் செயலோ; இது ஒன்றும் தெரியவில்லையே; தனியாய் இருப்பதற்குப் பயமாய் இருக்கிறதே! சுதமதியே! விரைந்து வருவாயாக!" என்று கூவினாள். பல நீர்த் துறைகளிலும் மணற் குன்றுகளிலும் சுற்றி அலைந்தாள். ஒருவரையும் காண வில்லை. தன் தந்தையை நினைந்து அழுதாள். இந்திரனால் இடப்பட்டதும், தரிசித்தோர்க்குப் பழம் பிறப்பைத் தெரிவிப்பதுமாகிய புத்த பீடிகை அவள் முன் தோன்றியது.

புத்த பீடிகை

மணிமேகலை புத்த பீடிகையின் அருகில் சென்றாள். தன்னை மறந்தாள். கைகள் தலை மேல் குவிந்தன. ஆனந்தக் கண்ணீர் பெருகியது. பீடத்தை மூன்று முறை வலம் வந்தாள். பணிந்து எழுந்தாள். தன் பழம் பிறப்பை உணர்ந்தாள்.

"மாதவ! உறுதிப் பொருளை உணர்ந்தோய். காயங்கரை என்னும் நதிக்கரையில் நீ சொல்லியவையெல்லாம் உண்மையாதலை அறிந்தேன். ஐயா, நீ உரைத்தபடியே

குறித்த நாளில் பூகம்பம் உண்டாயிற்று. இடவய நகரம் அழிந்து போயிற்று. இலக்குமி என்ற பெயரோடு நான் வளர்ந்து, இராகுலன் என்பவனுக்கு மனைவியானேன். தருமம் கேட்டற்கு நின்னை நாங்கள் வணங்கினோம். நீ என்னை நோக்கி, 'இந்த இராகுலன் இன்றைக்குப் பதினாறாம் நாளில் திட்டிவிடமென்னும் பாம்பால் இறப்பான். நீ இவனோடு தீயிற் புகுவாய்! அதன் பின்னர் காவிரிப் பூம்பட்டினத்தில் பிறப்பாய்! அவ்விடத்தில் உனக்கு ஒரு துன்பம் வரும். மணிமேகலா தெய்வம் உன்னை எடுத்துச் சென்று ஒரு தீவில் விடும். நீ புத்த பீடிகையைத் தரிசித்து, பழம் பிறப்பு வரலாறுகளை அறிவாய்' என்று கூறினாய். என் கேள்வன் எங்கு பிறந்துள்ளான் என்று தெரியவில்லையே" என்று கேட்டாள்.

மந்திரம்

வானத்திலிருந்து மணிமேகலா தெய்வம் அங்கு வந்து சேர்ந்தது. புத்த பீடிகையைப் புத்தன் என்றே கருதித் தொழுதது. மணிமேகலை அத் தெய்வத்தை வணங்கி, "என் கணவன் பிறப்பைப் பற்றி அருளுக" என்று வேண்டினாள்.

"இலக்குமியே! கேள். நின் கணவன் இராகுலனும் நீயும் பகற்காலத்து ஒரு பொழிலில் இருந்தீர்கள். அப்போது பௌத்த முனிவன் சாது சக்கரன் அப்பொழிலுக்கு வந்தான். அம் முனிவனுக்கு நீ உணவளித்தாய். அவ்வறம் நின் பிறப்பை ஒழிக்கும். அந்த இராகுலனே உதய குமாரனாக வந்து பிறந்து உள்ளான். அத்தொடர்பாலேதான் அவன் உன்னை விரும்புகிறான். உன் உள்ளமும் அவன் பாற் சென்றது. அதனைத் தவிர்க்கவே உன்னைத் தனிமைப் படுத்தினேன்."

"முற்பிறப்பில் உன் தமக்கையராகிய தாரையும், வீரையும் கச்சய அரசன் துச்சயனை மணந்தனர். அறவணர்

சொற்படி பாத பங்கய மலையைத் தொழுத நல்வினையால் மாதவியாகவும், சுதமதியாகவும் வந்து பிறந்துள்ளனர்'' என்று மணிமேகலா தெய்வம் கூறிற்று.

வேற்றுரு எய்தவும், வானத்தில் செல்லவும், பசி அறுக்கவும் செய்யும் மூன்று மந்திரங்களையும் கொடுத்துப் போயிற்று.

அமுத சுரபி

மணிமேகலை அத்தீவிலுள்ள மணற் குன்றுகளையும், பூஞ்சோலைகளையும், குளிர்ந்த பொய்கைகளையும் பார்த்துக் கொண்டே சென்றாள். தீவ திலகை என்னும் நங்கை அங்கு எதிர்ப்பட்டாள். அவள் புத்த பீடிகையைக் காத்து வருபவள். ஒருவருக்கொருவர் அறிமுகம் செய்து கொண்டனர்.

தீவ திலகை மணிமேகலையை நோக்கி, ''இந்த பீடிகைக்கு முன்னே கோமுகி என்னும் பொய்கை இருப்பதைப் பார். இப்பொய்கையில் அமுத சுரபி என்னும் அட்சய பாத்திரம் உள்ளது. புத்த தேவர் அவதரித்த வைகாசி பௌர்ணமியன்று அது மேலே தோன்றும். இன்று அந்நாள். அது இப்போது தோன்றும். அப்பாத்திரம் உன் கைக்கு வரும். அதிலிட்ட அன்னம் எடுக்க எடுக்க மென் மேலும் வளர்ந்து கொண்டே இருக்கும். அதன் வரலாற்றைப் புகாரிலுள்ள அறவண அடிகளிடம் கேட்டு அறிக'' என்றாள்.

இருவரும் கோமுகிப் பொய்கைக்குச் சென்றனர். வலம் வந்தனர். அமுத சுரபி பொய்கையின் உள்ளிருந்து கிளம்பி மணிமேகலையின் கையை அடைந்தது. மணிமேகலை புத்த தேவரைத் துதித்தாள். தீவ திலகை,

''ஆற்றுநர்க்கு அளிப்போர் அறவிலை பகர்வோர்
ஆற்றா மாக்கள் அரும்பசி களைவோர்
மேற்றே உலகின் மெய்ந்நெறி வாழ்க்கை

மண்திணி ஞாலத்து வாழ்வோர்க்கு எல்லாம்
உண்டி கொடுத்தோர் உயிர்கொடுத் தோரே
உயிர்க்கொடை பூண்ட உரலோய் ஆகிக்
கயக்கறு நல்லறம் கண்டனை''

என்றனள்.

இதன் பொருள் கைம்மாறு செய்யும் வாய்ப்பு உடையவர்களுக்கு ஒரு பொருளைக் கொடுப்பவர் அறத்தை விலை கூறி விற்பவர் ஆவர். கைம்மாறு செய்வதற்கு இயலாத ஏழைகளின் பெரும் பசியைப் போக்குபவரே உண்மையாக அறம் செய்பவர் ஆவர். மெய்ந்நெறியோடு கூடிய வாழ்க்கை என்பதும் அத்தகையோரின் வாழ்க்கையே யாகும். அணுச் செறிந்த இவ்வுலகத்தில், வாழ்பவர்களுக்கு உணவு கொடுத்தவர் எவரோ அவர்தாம் உயிர் கொடுத்த வரும் ஆவர். அப்படி உயிர் வழங்குதலை மேற்கொண்ட உறுதியுடையவள் நீயும் ஆயினை. கலக்கமற்ற நல்லறத்தையும் அறிந்தனை என்பதாம்.

மணிமேகலை மணிபல்லவத் தீவை விட்டுத் தாயை அடைந்தாள். முற்பிறப்பில் தனக்கு மாதவியும், சுதமதியும் தமக்கையர் என்ற உறவை அறிவித்தாள்.

அறவணர்

பின்னர் மணிமேகலை, மாதவி, சுதமதி ஆகிய மூவரும் அறவண அடிகளிடம் சென்றனர். அவரை வழிபட்டனர். மணிமேகலை தன் வரலாற்றைக் கூறினாள். அவர், ''இவ்வுலகிற் பௌத்த தருமங்கள் குறைய பாவங்கள் மிகுந்தன. ஆனாலும் சிறிது சிறிது தருமம் உண்டாதலும் கூடுமென்று எண்ணித்தான் தருமத்தை உபதேசித்து வருதலும் உண்டு.''

இது நிற்க, ''மணிமேகலை! இந்நகரத்தில் உன்னால் சில விசேஷங்கள் நிகழப் போகின்றன. அவை நிகழ்ந்த பிறகே

யான் கூறும் தருமமொழி உன் மனத்திற் பொருந்தும். இவ்விருவரும் முற்பிறப்பில் பாத பங்கய மலையை வழிபட்ட புண்ணிய விசேஷத்தால் பிற்காலத்தில் உன்னோடு கூடிப் புத்த தேவரது திருவடியைத் தொழுது வணங்கி, வினைகளினின்றும் நீங்கி முத்தியை அடைவார்கள். உயிர் மருந்தாகிய மிகச் சிறந்த அமுதசுரபியை நீ பெற்றனை. எல்லா உயிர்களுடைய பசியையும் தீர்ப்பாயாக.''

''ஆருயிர் மருந்தாம் அமுத சுரபியெனும்
மாபெரும் பாத்திரம் மடக் கொடி பெற்றனை
மக்கள் தேவர் என இரு சாரர்க்கும்
ஒத்த முடிவின் ஓரறம் உரைக்கேன்
பசிப்பிணி தீர்த்தல் என்றே அவரும்
தனிப்பெரு நல்லறம் சாற்றினர் ஆதலின்
மருத்ததீக் கொளிய மன்னுயிர் பசிகெட
எடுத்தனன் பாத்திரம் இளங்கொடி தானென்''

மணிமேகலையும் ''அங்ஙனமே செய்வேன்'' என்றாள்.

ஆபுத்திரன்

அறவண அடிகள் மணிமேகலையை நோக்கி, ''ஆபுத்திரன் வரலாற்றைக் கூறுவேன், கேட்பாயாக. கற்பொழுக்கம் கடந்த பார்ப்பிணி சாலி என்பவள் குமரித்துறையாடச் சென்றாள். வழியில் பெற்ற ஆண் குழந்தையை ஒரு தோட்டத்தில் வைத்துவிட்டுச் சென்றாள். குழவி குரல் கேட்ட ஒரு பசு பாலூட்டி வளர்த்தது.

அவ்வழியாகச் சென்ற பூதி என்ற அந்தணனும், அவன் மனைவியும் குழந்தையின் அழு குரலைக் கேட்டனர். அருகில் சென்று இரக்கங் கொண்டு, ''இவன் பசு மகன் அல்லன்; நம் மகனே'' என்று எடுத்துச் சென்று வளர்த்து

வந்தனர். உரிய காலத்தில் தம் குலத்திற்குரிய கல்விகளை நன்கு பயிற்றி வந்தனர்.

அச்சிறுவன் ஒரு நாள் அவ்வூரில் ஓர் அந்தணன் வீட்டில் புகுந்து வேள்வியில் கொலை செய்ய கட்டியிருந்த பசுமேல் இரக்கங் கொண்டு அதை ஓட்டிச் சென்றான். அந்தணர்கள் அவனைப் பிடித்து அடித்துப் புலையன் என்றும், கற்பிழந்தவள் மகன் என்றும் துன்புறுத்தினர். தந்தை பூதியும் வீட்டிலிருந்து துரத்தி விட்டான்.

ஆபுத்திரன் அவர்களை நோக்கி, ''வருந்தன்மின்; யான் சொல்வனவற்றைக் கேண்மின். நீங்கள் வருந்தும் படி இப்பசு என்ன குற்றம் செய்தது?''

''விடுநில மருங்கில் படுபுல் ஆர்ந்து
நெடுநில மருங்கின் மக்கட்கு எல்லாம்
பிறந்தநாள் தொட்டும் சிறந்ததன் தீம்பால்
அறந்தரு நெஞ்சோடு அருள் சுரந்து ஊட்டும்
இதனோடு வந்த செற்றம் என்னை
முதுநிறை அந்தணர் முன்னியது உரைமோ''

மேய்தற்கு என்று விடப்பட்ட புறம்போக்கு நிலத்தில் உண்டாகும் புல்லை மேய்ந்து இவ்வுலகின்கண் உள்ள மக்கட்கு எல்லாம் அவர் பிறந்தநாள் தொடங்கிச் சிறந்ததான தன் இனிய பாலை அறம் பொருந்திய உள்ளத்தோடு அருள்கனிந்து ஊட்டிவரும் பசு இது. இதனோடு உமக்கு உண்டாகிய பகைமைதான் யாதோ? பழமறைகளை ஓதும் அந்தணர்களே! உம் எண்ணத்தை எனக்கு உரைப்பீராக'' என்றான்.

அவர்கள், ''நீ விதியை அறியாமல் வேள்வியை இகழ்கின்றாய். ஆதலால் பசு மகன் என்பதற்குப் பொருத்த முடையை'' என்று இகழ்ந்து கூறினர்.

ஐம்பெரும் காப்பியங்கள் ■ 77

ஆமகன் எனத் தன்னை இகழ்ந்ததும் அவன் அவர்களை நோக்கி, ''அசலன் என்று போற்றப்படும் முனிவன் ஒரு பசுவின் மகன். சிருங்கி முனிவன் ஒரு மானின் மகன். விரிஞ்ச முனிவன் ஒரு புலியின் மகன், மேலான சான்றோர் போற்றும் கேச கம்பளன் ஒரு நரியின் மகன். இவர்கள் நும் குலத்து வந்த முனிவர் கணங்கள் என்று போற்றுகின்றீர்களே! அதனால் இழிகுலம் என்று ஒன்று உளதாமோ? இருந்தால் கூறுக'' என்றான் ஆபுத்திரன்.

ஆபுத்திரன் அந்தணர்கள் வாழும் கிராமந்தோறும் சென்று பிச்சை கேட்டான். பிச்சை இடாமல் கல்லால் அடித்தனர். அதனால் மதுரைக்குச் சென்று சிந்தா தேவியின் அம்பலத்தில் தங்கினான். பிச்சை வாங்கி ஏழைகட்கு உணவு வழங்கினான். எஞ்சியதை உண்டான். ஓட்டைத் தலைக்கு வைத்துக்கொண்டு உறங்கினான். (ஓடு - திருவோடு; உண் கலம்)

பாத்திர மரபு

ஆபுத்திரன் வரலாற்றை அறவண அடிகள் தொடர்ந்து கூறலுற்றார்.

ஒரு நாள் நள்ளிரவில் சிலர், 'பசி பசி' என்று வந்தார்கள். பிச்சை வாங்கிய சோற்றில் மீதம் இல்லையே என்று கவன்றான் ஆபுத்திரன். சிந்தாதேவி வெளிப்பட்டு, ''இதனைக் கொள்வாயாக. நாடெல்லாம் வறுமையுற்றாலும் இவ்வோடு வறுமையை அடையாது. கொடுக்கக் கொடுக்க இதில் உணவு வளர்ந்து கொண்டேயிருக்கும்'' என்று சொல்லி, தன் கையிலுள்ள அட்சய பாத்திரம் ஒன்றை அவன் கையிற் கொடுத்தாள். உடனே ஆபுத்திரன் தேவியை பணிந்து பசியால் வருந்துபவர்களுக்கு உணவளித்து வந்தான். அன்று முதல் உயிர்கள் பசி அறியாதாயின. தேவி அம்பலத்தில்

ஊணொலி அரவம் பெருகிற்று. இந்திரன் ஆபுத்திரனுக்குச் சிறப்புச் செய்ய வந்தான்.

''எனக்கு அமுத சுரபி ஒன்றே போதும். வேறொன்றும் வேண்டாம்'' என்று ஆபுத்திரன் பதிலளித்தான். இந்திரன் கோபித்து, ''உன் பாத்திரத்திற்கு வேலையில்லாமல் செய்வேன்'' என்று கூறி நாடு முழுவதும் நல்ல மழை பெய்வித்தான். பாண்டிய நாட்டில் பஞ்சம் நீங்கிற்று. யாசிப்பவர் எவரும் இலர்.

''சாவக நாட்டில் மழையில்லை. மக்கள் பசியால் வாடுகின்றனர்'' என்று ஆபுத்திரன் கேள்வியுற்று அந் நாட்டிற்குக் கப்பலில் சென்றான். கப்பல் மீகாமன் அன்றிரவு பல்லவத்தில் இறங்கிய ஆபுத்திரனைக் கவனியாமல் விட்டுச் சென்றான். மறு நாள் காலை தான் யாருமற்ற அந்தத் தீவில் விடப்பட்டதை அறிந்தான். ஆபுத்திரன் தான் மட்டும் தனித்து வாழ மனமின்றி அமுத சுரபியைக் கோமுகிப் பொய்கையில் போட்டு விட்டு, உயிர் நீத்தான். அவன் சாவக நாட்டு வேந்தனது பசு வயிற்றில் தற்போது பிறந்திருக் கிறான்'' என்று அறவண அடிகள் கூறினார்.

பிச்சையேற்றல்

''மணிமேகலை! இன்னும் கேட்பாயாக! முன்பு ஆபுத்திர னுக்கு ஏழு நாள் வரை பாலூட்டிய பசு அப்புண்ணிய விசேஷத்தால் சாவக நாட்டில் போய் பிறந்துள்ளது. அதன் வயிற்றில் ஆபுத்திரன் போய் பிறந்துள்ளான். அவன் பிறந்த நாளில் அற்புதங்கள் நிகழ்ந்தன. அவனை, சாவக வேந்தன் மகனாக ஏற்று வளர்த்து வந்தான். ஆபுத்திரன் தான் இப்போது அந்நாட்டை ஆட்சி செய்கிறான்.''

''சோனாட்டில் இப்போது வறுமையால் மக்கள் வாடுகின்றனர். இந்த அமுத சுரபியை நீ சும்மா வைத் திருத்தல் தகுதியன்று'' என்று அறவண அடிகள் கூறினார்.

அதைக் கேட்ட மணிமேகலை அவரை வணங்கித் துதித்து, பிக்குணி கோலம் பூண்டாள். அமுத சுரபியைக் கையிலேந்தி வீதியை அடைந்தாள். "கற்புடை மாதர் இடும் ஐயத்தையே முதலில் ஏற்றுக் கொள்ளுதல் தகுதி" என்றாள். "மழையைத் தரும் கற்புடை மாதர்களுள் மிக மேம்பட்டவளாகிய ஆதிரை என்பவளுடைய வீடு இது. நீ இதில் புகவேண்டும்" என்று யானைத் தீ நோய் கொண்டு காய சண்டிகை கூறினாள்.

ஆதிரை பிச்சை இட்டது

காய சண்டிகை மீண்டும் மணிமேகலையை நோக்கி, 'இந்த ஆதிரையின் கற்பு விசேஷத்தைக் கேட்பாயாக! இவள் கணவன் சாதுவன் என்பான். அவன் ஒரு பரத்தையின் இணக்கத்தால் கைப்பொருள் இழந்து வறுமையுற்றான். வேறு தேயம் போய்ப் பொருள் தேட எண்ணினான். சில வணிகரோடு கப்பலேறிச் சென்றான். செல்லும்போது கடுங்காற்றால் கப்பல் கவிழ்ந்தது. சாதுவன் ஒடிந்து விழுந்த பாய்மரத் துண்டைத் தெப்பமாகக் கொண்டு நீந்திச் சென்று நிர்வாணமாகச் சஞ்சரிக்கும் நாகர்கள் வாழும் மலைப் பக்கத்தை அடைந்தான்.

அக்கப்பலினின்று தப்பிப் பிழைத்த சிலர் புகார் நகருக்கு வந்து சேர்ந்தனர். 'கப்பல் உடைய, இறந்தவர்களோடு சாதுவனும் இறந்தான்' என்று ஆதிரைக்குக் கூறினர். கேட்ட ஆதிரை துயரக் கடலில் ஆழ்ந்தாள். உயிர்விடத் துணிந்தாள். மயானத்தில் சிதையடுக்கி, தீயைமூட்டி அதில் புகுந்தாள். தீ அவளைச் சுடவில்லை. அப்போது, "ஆதிரையே! உன் கணவன் இறக்கவில்லை. அவன் பிழைத்துச் சென்று நாகர் மலையில் இருக்கிறான். அவன் விரைவில் இங்கு வருவான். நீ வருந்தாதே" என்று வானில் ஓர் ஒலி எழுந்தது.

அதைக் கேட்ட ஆதிரை வருத்தம் ஒழிந்து வீட்டை யடைந்து, கணவன் விரைந்து வருதலைக் குறித்து பல தான தருமங்களைச் செய்து வந்தாள்.

நாகர் மலையை அடைந்த சாதுவன் ஒரு மர நிழலில் அயர்ந்து தூங்கிக் கொண்டிருந்தான். நாகர்கள் இவ்வுடல் நல்ல உணவாகுமென்று எண்ணி அவனை எழுப்பினர். அவன் அவர்கள் மொழியில் உரையாடினான். அவர்கள் சாதுவனைத் தங்கள் தலைவனிடம் அழைத்துச் சென்றனர். சாதுவன், குரு மகனோடு அளவளாவினான். குருமகன் மகிழ்ந்து, ''பசியால் வருந்திய இவனுக்கு வேண்டிய அளவு கள்ளையும், ஊனையும் கொடுத்துப் பின் இளைய நங்கை ஒருத்தியையும் கொடுமின்'' என்றான்.

சாதுவன் அவனது அறியாமைக்கு வருந்தி, ''எனக்கு அவை வேண்டா'' என்றான். ''இவையன்றி மக்கட்கு இன்பம் தருவன யாவை?'' என்று கேட்டான் குருமகன்.

''கள்ளையும், கொலை செய்தலையும் அறிவுடையோர் விலக்கியுள்ளனர். நல்ல அறங்களைச் செய்வோர் இன்ப உலகங்களை அடைவர். தீமையைச் செய்வோர் நரகத்தை அடைவர். இவற்றை நீ அறிவாயாக'' என்று சாதுவன் உரைத்தான். 'கடலில் பிழைத்து வந்தோரைப் பேணு. வாழும் உயிரைக் கொல்லாதே' என்று மேலும் சில அறங்களைக் கூறினான்.

பிறகு சாதுவன் அவனிடமிருந்து விடை பெற்று, அவன் கொடுத்த சந்தனம், அகில், துகில் முதலியவற்றைக் கைக்கொண்டு அங்கு வந்த சந்திரதத்தன் என்னும் வணிகனுடைய கப்பலில் ஏறி இந்நகரை அடைந்தான். ஆதிரையோடு வாழ்ந்து வருகிறான். பல தான தருமங்களையும் செய்து வருகிறான்.

'அத்தகைய சிறப்பமைந்த ஆதிரையின் கையால் முதலில் பிச்சை பெறுக' என்று காயசண்டிகை கூறினாள்.

ஐம்பெரும் காப்பியங்கள் ■ 81

மணிமேகலை அவ்வாறே ஆதிரையின் மனையிற் புகுந்து வாய் பேசாமல் சித்திரம் போல நின்றாள். ஆதிரை மணிமேகலையைப் பணிந்து, அவளை வலம் வந்தாள். துயரத்தைப் போக்கும் இனிய சொற்களோடு, அமுதசுரபி நிறையுமாறு, "நிலவுலகம் முழுவதும் பசிப்பிணி அற்று வாழ்வதாக" என்று ஆருயிர் மருந்தான சோற்றினை அதன் கண் இட்டாள்.

உலக அறவி

ஆதிரை அளித்த பிச்சையை முதலில் மணிமேகலை ஏற்ற பின்பு அமுதசுரபியிலுள்ள சோறு எடுக்க எடுக்கக் குறையாமல் வளர்ந்து, வந்தோருடைய பசியைப் போக்கியது. அது கண்ட காயசண்டிகை வியந்து மணி மேகலையை வணங்கி, "அன்னாய்! என்னுடைய தீரா பசியையும் தீர்த்தருள வேண்டும்" என்று வேண்டினாள். உடனே மணிமேகலை அமுதசுரபியிலிருந்து ஒரு பிடி அமுதை எடுத்து அவளது கையிலிட்டாள். காயசண்டிகை அதையுண்டு அப்பசி நோய் தீர்ந்து மகிழ்ந்து தன் வரலாற்றைக் கூறலானாள்.

"வடதிசையில் வித்தியாதரர் உலகிலுள்ள காஞ்சினபுரம் என்பது என் ஊர். பொதிய மலையின் வளங்களைக் காண்பதற்குக் கணவனும் யானும் புறப்பட்டு வந்தோம். இடையில் உள்ள காட்டாற்றின் கரையில் இருந்தோம். விருச்சிகன் என்னும் முனிவன் ஒருவன் உண்பதற்காகப் பெரிய நாவற்கனி ஒன்றைத் தேக்கிலையில் வைத்துவிட்டு நீராடச் சென்றான். நான் முற்பிறவியில் செய்த தீவினையால் அதைக் காலால் சிதைத்து விட்டேன்.

நீராடி மீண்டு வந்த விருச்சிகன் மிகவும் கோபித்து என்னை நோக்கி, "இது தெய்வத்தன்மை உடையது. நான் பன்னிரெண்டு வருடத்திற்கு ஒரு முறை உண்ணும் கனி.

இதை நீ அழித்து விட்டாய். ஆதலால் ஆகாய வழியே செல்லும் மந்திரத்தை மறந்து யானைத் தீ என்னும் நோயால் பன்னிரெண்டு வருடம் துன்புறுவாய். யான் மறுபடியும் இக்கனியை உண்ணும் தினத்தில் உன் பசி நீங்கும்'' என்று சாபம் கொடுத்தான். உடனே எனக்குப் பெரும் பசி உண்டாயிற்று. என் கணவன் கொண்டு வந்த காய், கனி, கிழங்கு இவற்றை உண்ட பின்னும் அப்பசி தீரவில்லை. அந்தரம் செல்லும் மந்திரமும் மறந்து போயிற்று.

''நீ நடந்து சென்று, இத்தமிழ் நாட்டில் காவிரி பூம்பட்டினத்தில் தங்கியிருப்பாயாக'' என்று சொல்லி என் கணவன் சென்று விட்டான். நான் இங்கு வந்துள்ளேன். ஆண்டுதோறும் இந்திரவிழாவின் போது என் கணவன் வந்து பார்த்துச் செல்கின்றான்.

''இந்நகரில் சக்கரவாளக் கோட்டம் என்பது ஒன்று உண்டு. அதில் பலரும் வந்து தங்குவதற்குரிய உலக அறவி என்னும் அம்பலம் ஒன்று உண்டு. அங்கு நீ செல்வாயாக'' என்று கூறி காயசண்டிகை தன் ஊருக்குச் சென்றாள்.

மணிமேகலை உலக அறவியை அடைந்து மூன்று முறை வலம் வந்து பணிந்து, அதில் ஏறிச் சம்பாபதியையும், கந்திற் பாவையையும் வணங்கினாள். 'இப்பாத்திரம் ஆபுத்திரன் கையில் இருந்ததாகிய அமுத சுரபி, உண்ணுவதற்கு விருப்பமுள்ள யாவரும் வருக' என்று சொல்ல, பலரும் வந்து உண்பாராயினர். ஆகவே அந்த அம்பலத்தில் ஊணொலி மிகுந்தது.

உதயகுமாரன்

மணிமேகலை பிக்குணி கோலங் கொண்டு உலக அறவியில் உள்ளாள் என்பதைக் கேட்ட சித்திராபதி மனம் கொதித்தாள். வெய் துயிர்த்தாள். கலங்கினாள். ''மணிமேகலையை இச்செயலினின்றும் நீக்குவேன்'' என்று

எண்ணி உதயகுமாரனிடம் சென்றாள். அவனைக் கண்டு துதித்து, ''மணிமேகலை உலக அறவியை அடைந்திருக் கிறாள். நீ சென்று அவளை அடைவாயாக'' என்று பலவாறு கூறி அவனை இசைய வைத்தாள். அவனும் அவ்வாறே தேரேறி அங்குச் சென்று, ''நீ தவக் கோலம் பூண்டது யாது கருதி?'' என்று வினவினான்.

பழம் பிறப்பில் கணவனாக இருந்த இவனை வணங்குதல் முறையாகும் என்று எண்ணி மணிமேகலை அவனை வணங்கினாள். ''பிறத்தலும், நாளுக்கு நாள் முதுமை எய்துதலும், இடையே நோய்வாய்ப்பட்டு வருந்துதலும், இறத்தலும் ஆகிய தன்மைகளையுடையது இந்த உடல். துயரங்களுக்கு ஒரு கொள்கலமாகவும் உள்ளது. மக்கள் உடலின் இயல்பு இத்தன்மையது என அறிந்தேன். அதனால் அதனைப் பேணி வாழ்தலை வெறுத்து சிறந்ததான அருள் அறத்தை விரும்பிச் செய்பவள் ஆயினேன்'' என்று கூறினாள்.

வேற்று வடிவம் கொள்ள நினைத்து, கோயிலினுள் சென்று சம்பாபதியை வணங்கினாள். முன்பு மணிமேகலா தெய்வம் உபதேசித்த மந்திரத்தை ஜபித்துக் காய சண்டிகை வடிவுற்றாள். அமுத சுரபியை ஏந்தி வெளியே வந்தாள். மணிமேகலை உள்ளே ஒளிந்துக்கொண்டாள் என்று உதயகுமாரன் நினைத்து சம்பாபதியை வணங்கி, ''நீ எனக்கு அவளைக் காட்டாய் ஆயின் இங்கேயே பாடுகிடப்பேன். மணிமேகலையை விட்டுச் செல்லமாட்டேன்'' என்று சபதங் கூறினான்.

சிறைக் கோட்டம்

இவ்வாறு உதயகுமாரன் சம்பாபதியை வணங்கி சபதம் கூறும்போது, ''நீ எம் பெருமாட்டியின் முன்னே ஆராய்ந்து பாராமல் வஞ்சினம் கூறினை, இங்ஙனம் கூறியதில் யாதொரு பயனும் இல்லை.'' என்று ஒரு தெய்வம் கூறியது.

இதைக்கேட்டு உதயகுமாரன் செய்வதறியாது கலங்கினான். அரண்மனைக்குத் திரும்பினான்.

'நம் வடிவத்தோடு இருந்தால் உதயகுமாரன் விட்டு நீங்கான். கைப்பற்றிக் கொள்ள முயல்வான். ஆதலால் நாம் காய சண்டிகை வடிவம் கொள்ளுதலே நன்று' என்று மணிமேகலை முடிவு செய்து காய சண்டிகையின் வடிவில் அமுத சுரபியைக் கையில் ஏந்திக்கொண்டு சிறைச்சாலைக் குச் சென்றாள். அங்குள்ளாருக்கு இனிய மொழி கூறி உணவளித்தாள்.

இச் செய்தியைச் சிறைக் காவலர்கள் அரசனுக்கு அறிவித்தனர். அவனது ஏவலின்படி அவள் அரச அவைக்குச் சென்றாள். ''அரசே! உனது அருள் வாழ்க'' என்று வாழ்த்தினாள். ''நீ யார்? இப்பாத்திரம் எங்கே கிடைத்தது?'' என்று மன்னன் வினவினான்.

''அரசே! நெடுங்காலம் வாழ்வாயாக! நான் விஞ்சை மகள். இந்நகரில் வேற்று வடிவங்கொண்டு திரிந்தேன். இது பிச்சைப் பாத்திரம். இதனை அம்பலத்தேயுள்ள தெய்வ மொன்று எனக்கு அருளியது. இது தெய்வத் தன்மை யுடையது. யானைத் தீ என்னும் தீராப்பசியைத் தீர்த்தது. பசியால் மெலிந்தவர்களுக்கு மிருத சஞ்சீவியாக உள்ளது'' என்றாள்.

''யான் செய்யவேண்டுவது யாது?'' என்று அரசன் கேட்டான். ''சிறைச்சாலையை அறச்சாலையாகச் செய்ய வேண்டும்'' என்றாள். அரசன் அவள் விரும்பியவாறே சிறைச்சாலையை அழித்து தூய்மை செய்து அவ்விடத்தைப் பல வகையான புண்ணியங்களும் நடத்தற்குரிய இடமாகச் செய்வித்தான்.

உதயகுமாரன் வெட்டுண்டது

அரசனுடைய கட்டளையால் சிறைச்சாலை பலவகைப் புண்ணியங்களும் நிகழ்தற்குரிய அறச்சாலையாய்

விளங்கிற்று. உதயகுமாரன் இச்செய்திகளைக் கேட்டு அவள் இருக்கும் உலக அறவியில் ஏறினான்.

காயசண்டிகையின் கணவன் காஞ்சனன் தன் மனைவியைத் தேடிக்கொண்டு உலக அறவிக்கு வந்து சேர்ந்தான். மாற்று உருவில் இருந்த மணிமேகலையைத் தன் மனைவி என்று நிச்சயித்தான். அவள் அருகிற் சென்று பலவாறு அவளது பழைய நட்பினைப் பாராட்டினான். அதை மணிமேகலை சிறிதும் மதியாமல் அவனை விட்டு நீங்கினாள்.

உதயகுமாரனின் அருகிற் சென்று இளமை நிலையாமையை அவனுக்கு அறிவுறுத்தினாள். அப்போது தற்செயலாய் அங்கு வந்த முதுமைப் பருவத்தாள் ஒருத்தியைக் காட்டி முன்பு அழகாய் இருந்த அவளுடைய உறுப்புக்கள் வலிமை குறைந்து, அழகு கெட்டு வெறுக்கத்தக்கனவாக இருத்தலைப் பல்லாற்றானும் அவனுக்குப் புலப்படுத்தினாள்.

இவற்றைக் கண்ட காஞ்சனனுக்குப் பொறாமை மேலிட்டது. தன் மனைவி தன்னை மதியாமல் அரசகுமாரனிடம் காதற் குறிப்பாகப் பேசிக்கொண்டிருப்பது அவனுக்கு ஆத்திரமூட்டியது. காஞ்சனன் காலங்கருதி அங்கே ஒளிந்து கொண்டிருந்தான். அயலான் ஒருவன் வந்திருப்பதை அறிந்து இரவு வேளையில் வருவோம் என்று உதயகுமாரன் நீங்கிச் சென்றான்.

யாவரும் உறங்கிய பின்னர் உதயகுமாரன் மீண்டும் அங்கு வந்தான். காஞ்சனன் விரைந்து சென்று, தன் வாளால் அரசிளங்குமரனை வெட்டி வீழ்த்தினான். காயசண்டிகை உருவில் இருந்த மணிமேகலையை நெருங்கினான்.

அப்போது கந்திற்பாவை, ''காஞ்சன! நில். இவள் உன் மனைவியாகிய காயசண்டிகை அல்லள்; இவள் வேற்று வடிவம் கொண்ட மணிமேகலை. காயசண்டிகை பெரும் பசி நீங்கி ஆகாய வழியே சென்றபோது விந்தா கடிகையால் பற்றிக் கோள்பட்டாள். உதயகுமாரன் ஊழ்வினையால் இறந்தான். ஆயினும் அத்தீவினை உன்னை விடாது,'' என்றது. காஞ்சனன் மனம் வருந்தி தன் நகரத்திற்குச் சென்றான்.

கந்திற் பாவை

சம்பாபதி கோட்டத்தில் இருந்த மணிமேகலை தன் வேற்று வடிவத்தால் உதயகுமாரன் மடிந்தது கண்டு 'கெடுக இவ்வுரு' என காய சண்டிகைக் கோலத்தைக் களைந்தாள். ''காதலனே! சென்ற பிறவியில் நீ பாம்புக் கடியால் மாண்டபோது உடன்கட்டை ஏறினேன். இப்போது விஞ்சையன் வாளால் விளிந்தனை'' என்று புலம்பி அவன் உடலைத் தீண்ட நெருங்கினாள். ''செல்லாதே, பிறப்பறுக்க முயல்வோய் செல்லாதே'' என்று கந்திற் பாவை கழறிற்று.

''முற்பிறப்பில் முனிவன் பிரதம தருமனுக்கு நீங்கள் விருந்தோம்புகையில் சமையற்காரன் பாத்திரங்களோடு வழுக்கி விழுந்தான். விழுந்தவன்பால் இரக்கங் கொள்ளா மல் நின் கணவன் இராகுலன் அவனை வாளால் வெட்டி னான். அவ்வல்வினையால் சென்ற பிறவியில் திட்டி விடத்தாலும் இப்பிறவியில் விஞ்சையினாலும் கொல்லப் பட்டான்'' என்று அத்தெய்வம் வினை விளைவு கூறிற்று.

''இன்னும் கேட்பாயாக! சோழன் உன்னைச் சிறை செய்வான். இராசமாதேவி துன்புறுத்துவாள். அறவண அடிகள் விடுவிப்பார். ஆபுத்திரனைக் காண்பாய். மணி பல்லவம் செல்வாய். வஞ்சி நகர் புகுவாய். பல சமயக் கொள்கைகளைக் கேட்பாய். கச்சி சென்று தருமம் கேட்டு

இப்பிறப்பை அறுப்பாய். பின் உத்திர மகதத்தில் ஆண் வடிவாய் பிறந்து அருளறம் பூண்டு சார்பு அறுத்து புத்தன் தலைமாணாக்கன் ஆவாய்'' என்று அத்தெய்வம் வருவது உரைத்தது. மணிமேகலை கவலையொழித்து, மயக்கம் நீங்கியிருந்தாள். அப்போது சூரியன் உதயமானான்.

சிறை செய்தல்

உதயகுமாரன் வெட்டுண்டு கிடப்பதைச் சக்கர வாளத்து முனிவர்கள் அறிந்தனர். வெட்டுண்ட உடலையும், மணி மேகலையையும் ஓரிடத்து மறைத்துவிட்டு வேந்தனிடம் சென்றனர்.

''அரசே! நின் வாழ்நாள் இனிதாகுக! இன்று மட்டும் அல்லாமல் இதற்கு முன்பும் இந்நகரில் பத்தினிப் பெண்டிரை விரும்பியும், தவ மகளை விழைந்தும் உயிர் இழந்தோர் பலர்'' என்று முன்னுரையாகத் தொடங்கி மேலும் சில கூறுவார் ஆயினர்.

''சோழன் சுகந்தனின் இளைய மகன் காவிரியில் குளித்துவிட்டு வரும் மருதியை 'நீ வா' என்று கூப்பிட்டான். அப்பத்தினி கலங்கி, பூதத்திடம் முறையிட்டாள். தந்தை, தன் மகன் என்றும் பாராமல் கொன்றுவிட்டான். அச்சுகந்தனின் மூத்த மகன் தவக்கோலங் கொண்ட விசாகையைக் காமுற்றான். அவள் கழுத்தில் இடும் நோக்கோடு தன் தலை மாலையை எடுக்க கையைத் தூக்கினான். தூக்கிய கை தலையை விட்டு மடங்கவில்லை. சுகந்தன் செங்கோலன் ஆகையால் தனக்கு வேறு மகனில்லை என்று அறிந்தும் அவனை வாளால் வெட்டினான்,'' என்று முனிவர் கூறி முடித்தார்.

''பழைய நிகழ்ச்சிகளைக் கூறினீர்களே, அது போன்று புது நிகழ்ச்சி ஏதேனும் உண்டோ?'' என்று வேந்தன் வினவினான். ''மணிமேகலை மேல் வைத்த

காமத்தால் இன்று உதயகுமாரன் மடிந்தான்'' என்று முனிவர் கூறினார்.

''மாதவர்களின் நோன்பும், பெண்களின் கற்பும் காவலனின் காவல் முறையாக இல்லாதபோது தர்மமும் இல்லாமற் போய்விடும். கறவையின் முறையீட்டைக் கேட்டுத் தன் மகனைத் தேர்க்காலிற் இட்டு முறை செய்த மனுநீதிச் சோழனின் வழிவந்தோருள் ஒரு தீவினையாளன் இங்ஙனம் தோன்றினான். இச்செய்தி பிறவேந்தர்களின் காதுகளில் சென்று விழுவதன் முன்பு அந்த உதயகுமாரனின் உடலை ஈமத்தில் ஏற்றிவிட்டு, அந்தக் கணிகையின் மகளைக் காவல் செய்திடுக'' என்று சோழிக ஏனாதிக்குக் கட்டளையிட்டான் மன்னன்.

சிறை விடுதல்

மகன் கொலையுண்டதைக் கேட்ட தாய் இராசமா தேவி உள்ளம் கொதித்து, மணிமேகலையைத் துன்புறுத்த நினைத்தாள். தவத்திற் சிறந்த மணிமேகலைக்குச் சிறை தகாது என்று அரசனுக்குச் சொல்லி விடுதலை செய்து அன்புடையவள் போலத் தன் அரண்மனைக்கு இட்டுச் சென்றாள். பித்து மருந்து ஊட்டினாள். மறுபிறப்பு உணர்ந்த மணிமேகலைக்கு அறிவு திரியவில்லை. கயவனுக்குப் பொருள் கொடுத்து அவளது நலத்தைக் கலைக்க ஏவினாள். மந்திரம் ஓதி மணிமேகலை ஆண் உருக்கொண்டாள். கயவன் திரும்பிச் சென்றான். நோயென்று கூறி பட்டினி போட்டாள். ஊணொழி மந்திரம் பயின்ற மணி மேகலைக்குப் பசி எடுக்கவில்லை.

மணிமேகலையைத் துன்பம் தொடராததைக் கண்டு தேவி அஞ்சினாள். ''மகன் துயரம் தாங்காமல் இவ்வாறு செய்தேன். என்னை மன்னித்து விடு'' என்று தேவி தொழுதாள்.

மணிமேகலை இராசமாதேவிக்குப் பல நீதிகளை எடுத்துரைத்தாள். "உன் மகனின் உடலுக்காக நீ அழுதாயோ? அன்றி, அவன் உயிரின் பொருட்டாக அழுதாயோ? அவன் உடலுக்காக நீ அழுதாய் ஆனால் அவ்வுடலை நீதானே புறங்காட்டிற்கு அனுப்பினாய்? நீ உயிருக்காக அழுதாய் ஆனால் செய்வினையின் வழியே அவ்வுயிர் மீளவும் பிறவி எடுத்திருக்கும். அது புகுந்த இடத்தை உன்னால் அறிய முடியாது. அந்த உயிரிடத்தில் நீ அன்புடையவள் ஆனால் எல்லா உயிர்களிடத்திலும் அன்பு காட்டு. அவ்வுயிர்களுள் உன் மகனும் ஒருவனாவான்'' என்று அறிவுறுத்தினாள்.

"நீ சென்ற பிறப்பில் எனக்குக் கணவனாயிருந்த இராகுலனை ஈன்ற தாயாதலின் உனது துக்கத்தைக் களைந்து, தீவினையைப் போக்கி, உன்னை நல்வழிப்படுத்தற் பொருட்டே ஆகாய வழியே செல்லுதலையும், வேற்றுருக் கொள்ளுதலையும் யான் நினைந்திலேன். இது நிற்க, இவ்வுலகத்து உள்ளோர்க்குத் துன்பம் தருவனயாவை யெனின், காமம், கொலை, கள், பொய், களவு என்னும் ஐந்துமாம். இவற்றைத் துறந்தோரே சீல முடையோர் ஆவர்.''

இராசமாதேவி மனந்தெளிந்து மணிமேகலையை வணங்கினாள். மணிமேகலை அதைப் பொறாதவளாகி, "நீ என் கணவனைப் பெற்ற தாயாக இருத்தல் அன்றி, அரசனுடைய மாபெரும் தேவியாகவும் உள்ளாய். ஆதலின் என்னை வணங்குதல் தகுதியன்று'' என்று துதித்து அவளைத் தானும் அன்புடன் வணங்கினாள்.

ஆபுத்திரன் நாடு அடைதல்

தன் சூழ்ச்சியே உதயகுமாரன் அழிவுக்குக் காரணம் என்று உணர்ந்த சித்திராபதி தன் பேத்தி மணிமேகலையை மீட்டுக் கொண்டு வரும் எண்ணத்தோடு இராசமாதேவி யிடம் சென்றாள். "இவ்வூருக்கும் ஒரு பேரழிவு வரும்

போலும். நெடுமுடிக்கிள்ளி சோலையிடைக் கண்ட ஒருத்தியுடன் இன்பம் நுகர்ந்தான். அவளுடைய பிரிவால் மனம் வருந்தினான். ''நீ இன்புற்றவள் நாக நாட்டரசன் வளைவணன் மகள் பீலி வளையாவான். கருவுற்ற அவள் இனி வாராள். ஈன்ற மகனே வருவான். இந்திரவிழாவைச் செய்யத் தவறினால் காவிரிப்பூம்பட்டினத்தைக் கடல் கொள்ளும். அதனால் விழிப்பாய் இரு'' என்று ஒரு சாரணன் முன்னுறுத்தினான்.

''மணிமேகலையைத் துன்புறுத்தினால் மணிமேகலா தெய்வம் கேடு செய்யும். ஆதலின் அவளை என்னிடம் தருக'' என்று வேண்டினாள் சித்திராபதி. ''தீயொழுக்கம் உடைய உன் மனைக்கு அவள் வாராள்'' என்று இராசமாதேவி மறுத்தாள். அதன் பின்னர் மணிமேகலை வான்வழிச் சென்று ஆபுத்திரன் நாடு அடைந்து ஒரு பொழிலில் தங்கியிருந்தாள்.

ஆபுத்திரனோடு மணிபல்லவம் அடைந்தது

மணிமேகலை தங்கியிருந்த பொழிலுக்குப் புண்ணிய ராசன் வந்தான். ''உன் கைப் பாத்திரமே என் கைக்கு வந்தது. மணிபல்லவம் சென்றால் முற்பிறப்பைத் தெளிவாய்'' என்று பணிந்து, மணிமேகலை வான்வழியே மணிபல்லவம் சென்றாள். ஆபுத்திரன் கப்பலேறி மணிபல்லவம் சேர்ந்தான். தரும பீடிகையால் தன் பிறப்பு உணர்ந்தான்.

அவனை அங்கு விட்டுச் சென்றதற்காக உயிர்நீத்த ஒன்பது செட்டிகளின் எலும்புகளையும், புன்னை மர நிழலில் புதையுண்ட அவனது எலும்புகளையும் தீவதிலகை காட்டினாள். பீலிவளை பெற்ற மகன் கப்பல் கவிழக் கடலில் மறைந்தான். அத்துயரச் செய்தியைக் கம்பளச் செட்டியிடம் கேட்ட சோழன், கிள்ளி மகனைத் தேடி

அலைந்து இந்திரவிழா செய்வதை மறந்தான். அதனால் புகார் நகரம் கடலால் கொள்ளப்பட்டது.

அறவண அடிகள், மாதவி, சுதமதி ஆகிய மூவரும் வஞ்சி மாநகர் சென்றனர் என்ற செய்தியைத் தீவ திலகை மணிமேகலையிடம் கூறினாள். ஆபுத்திரனாகிய புண்ணிய ராசன் தன் எலும்பைத் தோண்டிப் பழைய உடல் மேல் பற்றுக் கொள்ள, ''இதற்காகவா நீ இங்கு வந்தாய்?'' என்று மணிமேகலை இடித்துரைத்தாள்.

"அறமெனப் படுவது யாதெனக் கேட்பின்
மறவாது இதுகேள் மன்னுயிர்க் கெல்லாம்
உண்டியும் உடையும் உறையுளும் அல்லது
கண்டது இல்"

என்று அரசனுக்கு அருளறம் மொழிந்து வஞ்சிக்கு ஏகினாள்.

வஞ்சி மாநகர் சென்றது

மணிமேகலை வான் வழியே சென்று வஞ்சி மாநகரம் சேர்ந்தாள். கண்ணகி - கோவலன் தம் தெய்வ படிமங்களைத் தொழுது அழுதாள். அவள் முன் கண்ணகி தோன்றி, ''என் கணவன் கொலைக்கு அவன் முற்பிறவியில் ஒருவனைக் குற்றஞ்சாட்டிக் கொல்வித்தான் என்ற உண்மை அறிந்த பின்பும் சீற்றங்கொண்டு மதுரையை அழித்தேன். அவ்வினை என்னை விடாது. இன்னும் பல பிறப்புகள் எடுத்து உழன்று கபில நகரை அடைவோம். உன் தந்தையுடன் இந்திர விகாரையைத் தொழுத புண்ணியத்தால் முதல்வன் அறங்கேட்டுப் பிறவாமை எய்துவோம்'' என்று தன் பிறவி முடிவை வெளியிட்டாள்.

''நீ இந்நகரில் உள்ள பல சமயவாதிகள் கூறும் கொள்கைகளையெல்லாம் கேட்பாய். அவற்றுள் ஒன்றும் உனக்கு உண்மையென்று தோன்றாது. பின்பு பௌத்த

சமயத்தைப் பற்றி ஒழுகுவாய்,'' என்று அந்த தெய்வ வடிவம் கூறிற்று.

மணிமேகலை வணங்கி, வேற்றுருக் கொள்ளக்கூடிய மந்திரத்தை ஜபித்தாள். ஒரு முனிவன் வேடங்கொண்டாள். வஞ்சி நகரினுள் நுழைந்தாள்.

சமயக் கணக்கர் திறங்கேட்டல்

மணிமேகலை தவ வடிவம் தாங்கி வஞ்சி மாநகரினுள் சென்றாள். அவ்விடத்தில் பல்வேறு சமயத்து அறிஞர்களை அணுகினாள். அளவை, சைவம், பிரமம், வைணவம், வேதம், ஆசீவகம், சமணம், சாங்கியம் வைசேடிகம், பூதம் முதலிய நெறிகளின் கோட்பாடுகளை அவரவர் வாய்க் கேட்டுக் கொண்டாள். மறுப்புக் கூற விரும்பவில்லை. ''முற்பிறப்பு அறிந்தோர் உண்டோ?'' என்று பூதவாதியை நகைத்து அனுமான அளவையின் இன்றியமையாமையை அவனுக்கு உரைத்தாள்.

பூதவாதியின் கொள்கை

''காட்சி அளவை அல்லாது வேறு கருத்து முதலியன நிலை பெறாமையால் கொள்வதில்லை. இம்மையும், மறுமைப் பயனும் ஆகிய எல்லாம் இப்பிறப்பு உடனேயே கழிவனவாகும். மறுபிறப்பு என்று ஒன்று அமைந்து வினைப்பயனை அனுபவித்தல் என்று சொல்லுதலும் பொய்யாகும்'' இவ்வாறு பூதவாதி தன் கொள்கையைச் சொன்னான்.

மணிமேகலையின் அறிவுரை, ''நின்னுடைய தந்தை - தாயாரை அனுமானத்தினால் நீ அறிவது அல்லாது இவ்வுலகத்தில் அவரை நீ எங்ஙனம் கண்டறிவாய்? மெய் உணர்வு என ஒன்றில்லாமல் மெய்ப் பொருள் உணர்வு என்பதும் வாய்த்தற்கு அரியதாகும். சந்தேகம் என்று

உரைப்ப தல்லாது இதன் உண்மையை நீ சொல்லப் பெறாதவனா வாய்'' என்று பதில் உரைத்தாள்.

கச்சி மாநகர் சென்றது

மணிமேகலை சமயவாதியரின் பல்வேறு கொள்கை களையும் கேட்டறிந்த பின்னர், வஞ்சி மாநகர் புறஞ்சேரியை விட்டு நகரினுள் சென்றாள். நகரின் பல சிறப்புகளையும் கண்டு கோவலன் தந்தை மாசாத்துவானை அடைந்து தொழுது நின்றாள். தனக்கு நேர்ந்தவற்றைத் தன் பாட்டனுக்குக் கூறினாள். அவன் தன் துறவையும், தன் முன்னோர் செய்த புத்தமதத் தொண்டையும் கூறினான். ''இன்னும் கேள் -

''காவிரிப்பூம் பட்டினம் கடலால் கொள்ளப்பட்டது. அறவண அடிகள், மாதவி, சுதமதி ஆகிய மூவரும் கச்சியம்பதி சென்றனர். மழையில்லாமல் காஞ்சி நகரத்தில் மிக்க வறுமை உண்டாயிற்று. பல உயிர்கள் இறந்தன. அந்நகரத்தில் ஐயம் இடுவோர் எவரும் இலர். ஆதலால் அந்நகரம் அடைந்து எல்லா உயிர்களையும் பாதுகாத்தல் உனக்குக் கடனாகும்,'' என்றான்.

மணிமேகலை தன் பாட்டனை வணங்கி, அமுத சுரபியைக் கையில் ஏந்திக் கொண்டு வஞ்சி நகரிலிருந்து வான் வழியே சென்று காஞ்சி நகரத்தைக் கண்டு மனம் இரங்கினாள். புத்தர் கோயிலை வணங்கி ஒரு சோலையில் தங்கியிருந்தாள். செய்தியறிந்த மன்னன் அங்கு வந்து சேர்ந்தான்.

''நல்லறம் மேற்கொண்டுள்ள நங்கையே! செங்கோல் முறை தவறியதாலோ, துறவோர் தம் தவநெறியிற் பிழைத்த தாலோ, பெண்களின் கற்பு நெறி குறைபட்டதனாலோ இந்த நல்ல நாடு வறுமையுற்றது. என்ன செய்வது என்றறியேன்'' என்றான்.

மேலும் கூறினான்; ''ஒரு தெய்வத்தின் ஏவற்படி கோமுகிக் குளமும், சோலையும் விளங்கும் மணிபல்லவம் இங்கு அமைக்கப்பட்டுள்ளது, காண்க'' என்றான்.

கண்டு வந்த மணிமேகலை பிறப்புக்காட்டிய தரும பீடிகையும், தீவ திலகை கோயிலும், மணிமேகலா தெய்வக் கோயிலும்கூட அமைத்து விழாச் செய்ய சோழ வேந்தனை ஏவினாள். அமுத சுரபியைப் பாதபங்கய பீடிகையின் மீது வைத்து நின்று, ''எல்லா உயிரும் உணவுண்ண வருக'' என்று அழைத்தாள் மணிமேகலை.

குருடர், செவிடர், முடம்பட்டோர், பாதுகாவல் இல்லாதவர், ஊமையர், நோய்வாய்ப்பட்டோர் முதலிய பலரும் திரண்டனர். அனைவருக்கும் உணவளித்து, பசிப்பிணியைத் தீர்த்தாள்.

அப்புண்ணிய விசேஷத்தால் எங்கும் மழை பெய்தது. வளங்கள் மிகுந்தன. மாதவியையும், அறவண அடிகளையும் மணிமேகலை வணங்கி ஆண் வேடத்தைக் களைந்தாள்.

தருமம் கேட்டது

இப்பகுதியில் அறவண அடிகள் புகார் நகரம் கடலால் கொள்ளப்பட்ட செய்தியைக் கூறினார். மணிமேகலை அறவண அடிகளை வணங்கி நின்றாள். அவர், ''பீலிவளை பெற்ற குழந்தையைக் கம்பளச் செட்டி கடலில் இழந்தது தெரிந்த அரசன் வருத்தமுற்றான். அக்குழந்தையைத் தேடி அலைந்தான். அதனால் காவிரிப்பூம் பட்டினத்தில் இந்திர விழா செய்யப்படாமல் போயிற்று. மணிமேகலா தெய்வம் அது தெரிந்து, ''நகரைக் கடல் கொள்ளுக'' என்று சபித்தது. இந்திரனும் சபித்தான். அதனால் அந்த நகரம் கடலால் விழுங்கப்பட்டது. அதன் பின்னர், ''உன் தாயாரும்

யானுமாக உன் பொருட்டு இந்நகரத்திற்கு வந்து சேர்ந்தோம்'' என்று கூறினார்.

மணிமேகலை, ''மணி பல்லவத்தில் புத்த பீடிகையைக் காத்துக் கொண்டிருக்கும் தீவ திலகை என்பவளும் இச்செய்தியைச் செப்பினள். நான் வேற்றுருக் கொண்டு சென்று வஞ்சி நகரம் அடைந்தேன். அங்கிருந்த சமயவாதிகள் கூறிய கொள்கைகள் யாவும் மனத்திற்குப் பொருந்தவில்லை. அந்த ஆண் வடிவத்தைத் துறந்து, இந்நகரையடைந்து தங்களைச் சரண் அடைந்தேன். தேவரீர் அடியேனுக்கு உண்மைப் பொருளை உணர்த்தியருள வேண்டும்,'' என்று பிரார்த்தித்தாள்.

அவர் காண்டல் அளவை, கருதல் அளவை என்னும் இரண்டு அளவைகளின் இலக்கணங்களையும் அவற்றின் போலி வகைகளையும் உண்மை அறிவு உண்டாவதற்குக் கருவியாக அவளுக்கு விளங்கக் கூறினார்.

பாவை நோற்ற காதை

தானம் செய்தலை மேற் கொண்டு சீலத்தில் முதன்மையாக நின்று பழம் பிறப்பின் உணர்ச்சியை அடைந்த மணிமேகலை,

> ''புத்தம் சரணம் கச்சாமி
> தர்மம் சரணம் கச்சாமி
> சங்கம் சரணம் கச்சாமி''

என்பவற்றை மூன்று முறை சொல்லி, மும்மணிகளையும் மூன்று முறை வணங்கி, அறவண அடிகளைச் சரணாகதியாக அடைந்தாள்.

அறவண அடிகள் பௌத்த தருமத்தை உபதேசிக்கத் தொடங்கினார்.

''உயிர்கள் எல்லாம் அறிவில்லாமல் இருந்த காலத்தில் தேவர்கள் பிரார்த்திக்க, புத்ததேவன் துடித லோகத்திலிருந்து இவ்வுலகத்திற்கு வந்து, அவதரித்து, அரசமரத்தின் அடியில் இருந்து தத்துவத்தை ஆராய்ந்து அறிந்தார். மாரனை வென்றார். முக்குற்றங்களையும் அறுத்தெறிந்தார். அவர் அருளிச் செய்த இன்பமயமாகிய கட்டுரையாகும் இது. பண்டைக் காலத்தில் அவதரித்த அளவற்ற புத்தர்கள் கருணைமிகுந்து திருவாய் மலர்ந்தருளியதும் இதுவே'' என்று சொன்னார்.

அதன் பின்னர் பேதமை முதலிய பன்னிரு நிதானங்களின் தோற்ற ஒடுக்கங்களையும், பிறவற்றையும் முறையே விளங்க உபதேசித்தார். ''உன் மனத்திருள் நீங்குக'' என்று கூறி ஞான தீபத்தை நன்கு காட்டினார். மணிமேகலை அவ்உபதேச மொழிகளைக் கேட்டு, ''ஐயம் திரிபு அறவுணர்ந்து, பிறவித் துன்பம் ஒழிவதாக'' என்று காஞ்சி நகரிலேயே நோற்றுக் கொண்டிருந்தாள்.

மணிமேகலையின் மாண்புகள்

நூன்முகம்

தமிழில் உள்ள ஐம்பெரும் காப்பியங்களுள் மணிமேகலையும் ஒன்று. பெருங்குடி வணிகனான கோவலனுக்கு, கலையரசி மாதவியிடம் பிறந்த மகளே மணிமேகலை என்னும் மாண்புடைச் செல்வி. காவியத் தலைவியான மணிமேகலையின் பெயரே இந்நூலுக்கும் பெயர் ஆயிற்று.

இந்நூலைச் செய்தவர் மதுரைக் கூலவாணிகன் சாத்தனார். சங்ககாலத்துப் புலவர்களுள் ஒருவராகிய சீத்தலைச் சாத்தனார் என்பவர் வேறு. இருவரும் ஒருவர் அல்லர். இவர், கூலவாணிகம் செய்து கொண்டிருந்தமை யினால் இப்பெயர் பெற்றார்.

பத்தினிக் கடவுளாகிய கண்ணகியின் வரலாற்றையும், அவள் மேம்பாட்டையும் சேரன் செங்குட்டுவனுக்கு அறிவுறுத்தி அவனைக் கொண்டு அவளுக்குக் கோயில் கட்டுவித்து நித்தியபூசை முதலியன நடக்கும்படி செய்தவர். அவ் அரசனுக்குக் கண்ணகியின் வரலாற்றைக் கூறிய போது இளங்கோவடிகள் கண்ணகியின் வரலாற்றைச் சிலப்பதி காரம் என்னும் நூலாக எழுதுவதற்கும் இவர் காரணமாவார். தண்டமிழ் ஆசான் என்றும், நன்னூற் புலவன் என்றும் இவர் போற்றப்படுகின்றார்.

இந்நூல் முப்பது கதைகளைக் கொண்டது. ஆயிரத் தெண்ணூறு ஆண்டுகளுக்கு முன் தமிழகத்தில் நிலவிய சமயக் கொள்கைகளைத் தெளிவாக இந்நூல் விளக்குகின்றது. பல சமயக் கொள்கைகளையும் ஆய்ந்து உணர்ந்த இவ் வாசிரியர் புத்தமதக் கொள்கைகளைத் தம் காவியம் முழுவதும் கமழச் செய்கின்றார்.

இளமை, உடல், செல்வம் முதலியவற்றின் நிலையாமை யைப் பற்றிக் கூறுகின்றார். ஆசையின் அடிப்படையில் பிறந்தவர்கள் அடைய வேண்டிய துன்பங்களையும், பிறக்காதவர்கள் பெறுகின்ற பேரின்ப நிலையையும் உணர்த்துகின்றார். பிறந்தவர் இறப்பதும் இறந்தவர் பிறப்பதும் இவ்வுலகத்து இயற்கை என்பதைத் தெளிவாக்கு கின்றார்! 'உண்டி கொடுத்தோர் உயிர் கொடுத்தோரே' என்ற உயரிய கொள்கை வலியுறுத்தப்படுகின்றது.

மணிமேகலையின் மாண்புகள்

மணிமேகலை புத்த மதச் சார்புடைய ஓர் இலக்கியம். தமிழ் மொழிக்கண் முதலில் தோன்றிய சமயக் காப்பியம் இதுவே. இந்நூல் தொடக்க முதல் இறுதி வரை

மணிமேகலையின் துறவையே பொருளாகக் கொண்டது. குமரி ஒருத்தி துறவியானாள். அதுவும் பரத்தையர் குலத்துப் பிறந்த ஒரு குமரி துறவியானாள். இந்தக் கருத்தைத் தம்முட்கொண்டு சாத்தனார் நூல் எழுதியுள்ளார். அவள் நெஞ்சம் அவளைக் காமத்திற்குத் தூண்டிற்று என்ற அகப் போராட்டத்தையும், பிறரும் அவளை வருத்த முற்பட்டனர் என்ற புறப்போராட்டத்தையும் ஆசிரியர் திறம்படக் காட்டியுள்ளார். எனவே சாத்தனார் இலக்கியத்திற்கு ஒரு நல்ல வாய்ப்பு, காவியத் தலைவி ஒரு குமரியாகவும், பரத்தைக் குலத்தவளாகவும் அமைந்தது.

பரத்தை ஒழிப்போடு, மது ஒழிப்பு, சிறை ஒழிப்பு, சாதி ஒழிப்பு என்ற பல சமுதாய சீர்திருத்தங்களின் களஞ்சிய மாகவும் இக்காவியம் திகழ்கிறது. பசியின் கொடுமை இவை எல்லாவற்றையும்விட கொடுமையானது. அதை ஒழிப்பதே பேரறமாகக் கொண்டது இக்காவியம். குடிமை, பெருமை, கல்வி, நாண், தோற்றம் என்ற நல்லவை யாவும் பசித்தீ முன் அழிந்தொழியும்.

சோற்றை ஆருயிர் மருந்தென்றும், அதனை வழங்கு வோரை ஆருயிர் மருத்துவர் என்றும் சாத்தனார் புகழ்ந்துள்ளார். சாத்தனார் புத்த மதத்தை இக்காவியத்தின் மூலம் பரப்பினார் என்றாலும், அம்மதத்தைக் கருவியாகக் கொண்டு சமுதாய சீர்திருத்தத்தையும் செய்துள்ளார். இக்காவியம் எளிய நடையைக் கொண்டது, வழக்குச் சொற்களையும், பேச்சு நடையையும் ஆசிரியர் கையாண் டுள்ளார்.

கள் உண்டலும், பிற உயிர்களைக் கொன்று தின்பதும் நல்லறங்கள் ஆகா. இவை தீய செயல்கள். பாவச் செயல்கள். அறம் புரிவோர் சுவர்க்கம் புகுவர். பாவம் செய்வோர் நரகம்

அடைவர். ஆதலால் பாவத்தை ஒழித்துப் புண்ணியம் செய்யவேண்டும் என்று மணிமேகலை கூறுகின்றது.

சிறுகதைகள்

மணிமேகலையின் வாழ்க்கை வரலாற்றை மட்டும் கூறியிருந்தால் இக்காவியம் வெறும் அறநூல் போலக் காட்சியளிக்கும். ஆசிரியர் ஆங்காங்கே இயற்கை காட்சிகளையும், மணிமேகலையோடு சம்பந்தப்பட்ட சிறுகதைகளையும் கூறிச்செல்கின்றார். மணிமேகலையில் உள்ள சிறுகதைகள் ஒன்றுக்கொன்று தொடர்புடையவை. அச்சிறுகதைகளையெல்லாம் தெரிந்து கொண்டால்தான் மணிமேகலைக் கதையைப் பற்றித் தெளிவாகத் தெரிந்து கொள்ள முடியும்.

சுதமதி, கோதமை, இலக்குமி, தாரை, வீரை, இராகுலன், ஆபுத்திரன், காயசண்டிகை, ஆதிரை, சுகந்தன், மருதி, விசாகை, பரதன், பழங்கோவலன், தீவதிலகை ஆகிய இவர்களின் கதையை 'கதைச் சுருக்கம்' என்ற பகுதியில் காணலாம்.

அரசியல்

மணிமேகலை, சிலப்பதிகாரத்தைப் போல அரசியல் புரட்சியை வலியுறுத்தும் காவியம் அன்று. இந்நூல் புத்த மதக் கொள்கைகளைப் போதிப்பதற்கென்றே எழுதப்பட்டதாகும். "மக்கள் அனைவரும் பட்டினியின்றி மகிழ்ச்சியுடன் வாழவேண்டும். ஒழுக்கம் தவறாமல் வாழ வேண்டும். உலக நிலையாமையை உணர்ந்துகொள்ள வேண்டும். பிறவா நிலையைப் பெறுவதற்கான நல்லறங்களைப் புரிய வேண்டும்." இவை புத்த மதத்தின் அடிப்படைக் கொள்கைகள். இக்கொள்கைகள் அழியாமல் நிலை பெற வேண்டுமானால் அறநிலையைக் காக்கும் அரசாட்சி நிலைத்திருக்க வேண்டும். இதனை மணிமேகலை வலியுறுத்துகிறது.

தவமும், கற்பும்

அரசனுடைய பாதுகாப்பு இல்லாவிட்டால் தவசிகளின் நோன்பு சரிவர நடைபெறாது. பெண்களின் கற்புக்கும் ஆபத்து உண்டாகும். ஒரு நாட்டில் தவத்தோரும், கற்புடை மகளிரும் இல்லாவிட்டால் அந்நாட்டில் மழை பெய்யாது. மழையின்றேல் நாட்டின் வளங் குன்றும். நாட்டின் வளம் குறைந்தால் பஞ்சம் உண்டாகும். பஞ்சம் வளர்ந்தால் மக்கள் ஒழுக்கம் குறையும். மாண்டு மடிவர். இது முன்னோர் கொள்கை. ஆதலால் தவசிகளையும், பத்தினிப் பெண்டிரையும் காப்பாற்ற வேண்டியது காவலன் கடமை.

மன்னர்கள் நீதி தவறாமல் ஆட்சி செய்த காரணத்தால் அவர்கள் மக்களால் வாழ்த்தப்பட்டனர். மக்கள் நல்ல காரியங்களைச் செய்யும்போதெல்லாம் மன்னர்களை வாழ்த்தினர். அரசாங்கத்தை வாழ்த்தினர். நாடு நலம் பெறவேண்டுமென்று பிரார்த்தனை செய்தனர்.

பத்தினிப் பெண்டிர்

பெண்களும், ஆண்களும் சரிநிகர் சமானமாக வாழ வேண்டும் என்பது இக்காலக் கொள்கை. ஆடவர்க்கு உள்ள அத்தனை உரிமைகளும் பெண்களுக்கும் உண்டு. எந்த வகையிலும் பெண்கள் ஆண்களுக்கு இளைத்தவர்கள் அல்லர். மனித சமூக வளர்ச்சியில் தோன்றிய இந்த முன்னேற்றத்தை யாரும் தவறு என்று சொல்ல முடியாது.

ஆண்களுக்குப் பெண்கள் அடிமையாகத்தான் அடங்கி நடக்கவேண்டும் என்பது பண்டைக்கால நீதி. இன்று அந்த நீதி, அநீதியாகத்தான் எண்ணப்படுகிறது. பயனற்றுப் போன பண்டைக்கால நீதியை மீண்டும் புகுத்த முடியாது.

பழைய இலக்கியங்களில் கூறப்படும் பத்தினிப் பெண்டிர் பற்றிய கொள்கையை இக்கால நாகரிக மக்கள்

அப்படியே ஏற்றுக் கொள்ளமாட்டார்கள். நிறைந்த நல்ல குணங்களால் தன்னைத் தானே காத்துக் கொள்வதுதான் கற்பாகும். இதனால் கற்புக்கு நிறை என்று பெயர் வைத்தனர்.

இத்தகைய கற்புள்ளவர்களே பத்தினிப் பெண்டிர். இவர்கள் தம் கணவரைத் தவிர வேறு எந்த தெய்வத்தையும் வணங்க மாட்டார்கள். கணவரையே தெய்வமாகத் தொழுவார்கள். கற்புள்ள பெண்களின் பெருமையை விளக்குவதற்கு ஆதிரையின் கதையும் விசாகையின் கதையும் இந்நூலில் எடுத்துக்காட்டப்பட்டு இருக்கின்றன.

பரத்தையர்

சங்க இலக்கியங்களில் பரத்தையர் நட்பு கண்டிக்கப்பட வில்லை. வசதி படைத்த ஆண்கள் பரத்தையர்களுடன் கூடி வாழ்ந்தனர். இது நாகரிகமாகவே கருதப்பட்டது. தமிழர்கள் பல மனைவிகளை மணந்தனர். மணந்த மனைவிகளைத் தவிர பரத்தையர்களுடன் கூடி வாழ்ந்தனர். இது குற்றமாகக் குறிக்கப்படவில்லை.

பழந்தமிழ் நூல்களுள் திருக்குறள் ஒன்றில்தான் முதன் முதலாகப் பரத்தையர் நட்புக் கண்டிக்கப்படுகின்றது.

'வரைவின் மகளிர்' என்று தனி அதிகாரமே இதற்கு வகுத்துள்ளார் வள்ளுவர். பரத்தையர் நட்பால் ஏற்படும் தீங்குகளை மணிமேகலை ஆதிரையின் கதையில் கூறுகிறது. காமவெறி கொண்ட ஆடவர்களுக்கு அறிவுரை கூறித் திருத்துவதும் மணிமேகலையின் கொள்கைகளில் ஒன்றாகும்.

புத்தரும், புத்தமதமும்

மணிமேகலை காலத்தில் பாரதநாட்டில் பல இடங் களில் புத்த சங்கங்கள் இருந்தன. புத்தர் கோயில்களும்

கட்டப்பட்டிருந்தன. புத்தர் கோயிலுக்குச் சயித்தியம் என்று பெயர். புத்தருடைய பாதம் அமைந்துள்ள பீடத்துக்குத் தரும பீடிகை, தாமரைப் பீடிகை என்ற பெயர்கள் உண்டு. காவிரிப்பூம் பட்டினத்திலும், மணிபல்லவத்திலும் பாத பீடிகை இருந்தது.

புத்தருடைய பெருமைக்கு அறிகுறியாக இவற்றை மக்கள் வணங்குகின்றனர். இப் பீடங்கள் இப்போது இலங்கையில் ஒன்றும், மகத நாட்டின் தலைநகரான இராஜ இரகத்தில் ஒன்றும் உள்ளன. இவை புனித ஸ்தலங்களாகப் போற்றப்படுகின்றன. மணிமேகலையில் புத்தர் பெருமை பல இடங்களில் பேசப்படுகிறது.

''காமனை வெல்லும் வீரனே! கொடிய வழிகளாகிய பெரிய பகையை ஒழித்தவனே! மற்றவர்களுக்குப் புண்ணியம் உண்டாகும்படி முயலும் பெரியோனே! நிலையற்ற சுவர்க்கத்தை விரும்பாமல் நிலையான வீட்டை விரும்புகின்ற பழமையோனே! உயிர்களுக்கு அறிவுக் கண்ணை அளிக்கும் ஞானியே! உன்னுடைய பாதங்களை வணங்கத்தான் என்னால் முடியும். உனது பெருமையை உரைத்து வாழ்வதற்கு எனக்கு நாவன்மையில்லை.''

இவ்வாறு தீவதிலகை புத்தனைப் புகழ்ந்து போற்றினாள். மேற்கூறியவற்றால் புத்தர் பெருமான் பெருமையைக் காணலாம். மணிமேகலையில் புத்தமதக் கொள்கைகள் பல வகைகளில் கூறப்படுகின்றன. சிறுகதைகள் மூலமாகவும், நேரடியாகவும், பல பாத்திரங்கள் வாயிலாகவும் வலியுறுத்தப்படுகின்றன. இறுதியில் உள்ள இரண்டு சிறு கதைகள் புத்தமதத் தத்துவங்களைப் போதிக்கின்றன.

புத்தர் பகுத்தறிவுவாதி. மூட நம்பிக்கைகளை வெறுப்பவர். கடவுளைப்பற்றிக் கவலைப்படாதவர். ஒழுக்கத்தையே உயிரினும் சிறந்ததென்று போற்றியவர்.

ஐம்பெரும் காப்பியங்கள்   ■ 103

இன்றைய புத்த மதத்தினர் விக்கிரக ஆராதனம், மந்திரம், சடங்குகள் போன்ற புத்தர் கொள்கைகளுக்கு மாறான கொள்கையைப் பின்பற்றி வருகின்றனர். இதற்கு மணிமேகலையில் கூறப்படும் தெய்வீக நிகழ்ச்சிகளே சான்றாகும்.

தெய்வீக நிகழ்ச்சிகள்

தெய்வீக நிகழ்ச்சிகள் என்பவை இயற்கைக்கு மாறானவை. இயற்கை நிகழ்ச்சிகளைத் தெய்வத் தன்மை பொருந்தியவை என்று சொல்வதில்லை. மத சம்பந்தமான நூல்களில் இயற்கைக்கு மாறான நிகழ்ச்சிகளை மிகுதியாகக் காணலாம். சமண, பௌத்த நூல்களில் இத்தகைய தெய்வீக நிகழ்ச்சிகள் அதிகமாகக் காணப்படுகின்றன. அதற்கு மணிமேகலை விதி விலக்கு அல்ல.

நூல் எழுந்த காரணம்

சாத்தனாரும், இளங்கோவும் நண்பர்கள். கண்ணகி வரலாற்றைச் சாத்தனார் இளங்கோவுக்கு விரித்துரைத்தார். சிலப்பதிகாரமும், மணிமேகலையும் பலர் கூடிய அவையில் அரங்கேறியனவாகப் பதிகங்கள் காட்டவில்லை. சிலப்பதிகாரத்தைச் சாத்தனார் கேட்டார் எனவும் மணிமேகலையை இளங்கோ கேட்டார் எனவும், இவ்வாறு தம்முன் கேட்டுக் கொண்டனர் என்றே அறிகின்றோம்.

இதனால் தமிழுக்கு நாடகத் துறையிலும், சமயத் துறையிலும் முதற் காப்பியங்கள் எழுதிய இருவர் தம் நட்பின் சிறப்பு பெறப்படும். மேலும் கோவலன் கதையை இரு பகுதிகளாகப் பிரித்துக்கொண்டு கண்ணகி யைத் தலைவியாக வைத்து இளங்கோவும், மாதவி மகளைத் தலைவியாக வைத்துச் சாத்தனாரும் நூல் எழுதப் புகுந்தனர்.

புகுந்த காலை, தாம்தாம் எந்த எந்தச் செய்திகளைத் தம் தம் நூலில் சொல்வது என்று வரையறை செய்து கொண் டார்கள் போலும். மணிமேகலையில் பல இடங்களில் திருக்குறளின் கருத்துகளைக் காணலாம். சொற்களைக் காணலாம். சொற்றொடர்களைக் காணலாம். முழுக் குறளையும் அப்படியே காணலாம். வள்ளுவர் கருத்து களைச் சாத்தனார் முழுவதும் ஒப்புக் கொண்டவராகவே காணப்படுகின்றார். இதனால் மணிமேகலை தோன்றிய காலத்தில் தமிழகத்தில் திருக்குறள் மிகவும் புகழ்பெற்ற நூலாக விளங்கிற்று, அனைவராலும் படித்துப் பாராட்டப் படும் அறநூலாக விளங்கிற்று என்ற உண்மையை உணரலாம்.

இலக்கியச் சுவை

மணிமேகலை மதக் கொள்கைகளைக் கூறும் நூல்தான். அறநெறிகளை மக்களுக்கு அறிவுறுத்தும் நூல் தான். ஆயினும் இனிமை நிறைந்த தமிழ் இலக்கியம். சிந்தையைக் கவரும் செந்தமிழ்க் காவியம் ஆகிய மணிமேகலையின் ஆசிரியர், தமிழ்ச் சுவை அறிந்தோர் அனைவரும் பாராட்டும் வகையில் தம் கவிதையை அமைத்திருக்கின்றார்.

பழைய காவியங்களையும், புராணங்களையும் பார்த்தால் அவை முதலில் கடவுள் வாழ்த்து, அதன் பின் நாட்டுவளம், நகரச் சிறப்பு, வீதியின் அமைப்பு இவைகளைக் கூறும். சீவக சிந்தாமணி, கம்பராமாயணம் போன்ற சிறந்த நூல்கள்கூட இந்த முறையில் அமைந்திருக்கின்றன. ஆனால் சிலப்பதிகாரமும், மணிமேகலையும் இந்தப் பழைய முறையைப் பின்பற்றவில்லை. புதிய முறைக்கு வழி வகுத்துவிட்டன. இவ்விரு ஆசிரியர்களும் இக்கால எழுத்தாளர்களைப் போல எடுத்தவுடன் கதையைத் தொடங்கியிருக்கின்றனர்.

சிலப்பதிகாரத்திலாவது முதலில் திங்கள், ஞாயிறு, மாமழை, புகார் நகரம் இவற்றை வாழ்த்தும் பாடல்கள் அமைந்திருக்கின்றன. இது கடவுள் வாழ்த்தைப் போன்றது என்று கூறலாம். மணிமேகலையில் இதுகூட இல்லை. கதை நிகழ்ச்சிதான் தொடங்குகிறது. முதல் காதை விழா அறை காதை. பறை அடிப்போன் இந்திர விழாவைப் பற்றிப் பறையறைந்து ஊரார்க்கு அறிவிக்கும் செய்தியே இக்காதையில் பேசப்படுகின்றது.

இத்தகைய புதிய முறை செந்தமிழ் ஆசான் சாத்தனாரின் சிறந்த புலமையைக் காட்டுவதாகும். மக்கள் மனப் பான்மையை உணர்ந்திருக்கும் மாண்பைக் காட்டுவதாகும். தாம் கூறத்தொடங்கிய கதையை மக்கள் மனம் கொள்ளும் வகையில் எவ்வாறு எடுத்துரைப்பது என்று எண்ணத் துணிந்த பேரறிவைக் காட்டுவதாகும்.

சாத்தனார் கற்பனைத் திறம்படைத்தவர். இயற்கை நிகழ்ச்சிகளைப் படிப்போர் மனத்தில் பதியும்படி இனிய மொழிகளால் எடுத்துரைக்கும் ஆற்றல் பெற்றவர். சொல்வன்மையுள்ளவர். இவற்றை இந்நூலின் இடை இடையே காணலாம்.

உவமை நயம்

ஒரு கவிஞனுடைய நுண்ணறிவைக் காண அவன் கூறும் உவமைகளே அளவுகோல். தெரியாத ஒரு பொருளை விளக்குவதற்குத் தெரிந்த ஒரு பொருளை எடுத்துக் காட்டுவதே உவமையாகும். சிறந்த புலவர்கள் உவமை காட்டும்போது இக்கருத்தை மறக்காமல் கையாளுவார்கள். இத்தகைய உவமைகள் நிறைந்த நூல்களே சிறந்த இலக்கியங்களாக இயங்கும். மணிமேகலை ஆசிரியர் சாத்தனார் உவமைகள் கூறுவதில் ஒப்பற்றவர்.

மணிமேகலை சிறந்த இலக்கியச் சுவை மிகுந்த காவியமாய் இருப்பதற்கு இது ஒரு காரணம்.

கற்பனைத் திறன்

ஒரு பெண்ணின் அழகைப் புனைந்திருக்கும் புலவர்கள் அப்பெண்ணின் ஒவ்வொரு உறுப்பையும் பாராட்டுவார்கள். அவ்வுறுப்புகளுக்கு உவமை காட்டிப் புகழ்வார்கள். கண்ணால் காணமுடியாதபடி ஆடைக்குள் மறைந்திருக்கும் அங்கத்தையும் உவமை காட்டிப் போற்றுவார்கள். இப்படி வருணிப்பது அரிதல்ல, எல்லோராலும் எடுத்துரைக்க இயலும். ஆனால் அதிகமான சொற்றொடர்களைப் பயன் படுத்தாமல், சில வரிகளில் ஒரு பொருளின் உயர்வைக் கூறுவது அரிது. படிப்போர் உள்ளத்தில் பதியும்படி சுருங்கச் சொல்வது அரிதினும் அரிது. சாத்தனார் ஆறு அடிகளில் மணிமேகலையின் ஒப்பற்ற அழகைப் படம்பிடித்துக் காட்டியிருக்கின்றார்.

''மணியே கலைதன் மதிமுகம் தன்னுள்
அணிதிகழ் நீலத்து ஆய்மலர் ஒட்டிய
கடைமணி உருநீர் கண்டனன் ஆயினன்
படையிட்டு நடுங்கும் காமன் பாவையை
ஆடவர் கண்டால் அகறலும் உண்டோ
பேடியர் அன்றோ பெற்றியின் நின்றிடின்?''

மணிமேகலையின் முகம் மதி போன்றது. அவள் கண்கள் நீலோற்பவ மலரையும் தோற்கடித்து அழகு பொருந்தியவை. அவளது கடைக்கண்களிலிருந்து நீர் சிந்துவதைக் கண்டால் மன்மதன் தனது கரும்புவில்லை (படையை) எறிந்துவிட்டு நடுங்குவான். ஆண்கள் இவளைக் கண்டால் அப்பால் அடிபெயர்த்துச் செல்வார்களா? தம் உணர்ச்சி இழப்பர். இவள் மேல் வைத்த கண்களை வாங்கமாட்டார்கள். யாரேனும் ஆடவர்கள் இவள் வசம்

ஐம்பெரும் காப்பியங்கள்

ஆகாமல் தம் உணர்ச்சியுடன் நிற்பார்களாயின், அவர்கள் ஆண் தன்மை உள்ளவர்கள் அல்லர்; பேடிகள்தாம்.

ஒரு பெண்ணின் அழகை இதைவிடச் சிறப்பாக எவரும் எடுத்துக்காட்டிவிட முடியாது. இவ்வாறு ஓர் அழகுள்ள மங்கையைச் சித்திரமாகத் தீட்டியிருக்கிறார், சாத்தனார். இது போன்ற வருணனைகள் இந்நூலில் இன்னும் பல உள.

இயற்கைக் காட்சிகள்

காதை 4, அடிகள் 1 முதல் 24 வரை மயிலின் ஆடரங்கம், அரசவை நடனம், துகள் படிந்த முகமதி செங்கையும் இரவும் காதை 5, அடிகள் 123 முதல் 136 வரை அந்தி என்னும் பசலை. பாடலும், உரையும் எழுதினால் இங்கு இடம் அதிகம் கொள்ளும் என்று அஞ்சி வாசகர்கள் படித்து மகிழ விடப்பட்டன.

இவ்வாறு மணிமேகலை முழுவதும் உவமைகளும், கற்பனைகளும், வருணனைகளும் காட்சி அளிக்கின்றன. இலக்கியச் சுவை என்னும் இன்பத்தேன் சொட்டிக் கொண்டிருக்கிறது. மணிமேகலையின் ஆசிரியப்பா எளிய சொற்களால் இனிமை பொருந்த தொடுக்கப்பட்டது.

பண்டைத் தமிழர்கள் இவ்வுலக இன்பத்தையே உண்மையென்று நம்பினர். உண்டு களித்துப் பெண்களுடன் உறவாடுவதே உண்மை என்று கருதினர். ஆதலால் அவர்கள் மதுவை விலக்கவில்லை. மாமிசத்தை வெறுக்கவில்லை. பெண் இன்பத்தையும் ஒதுக்கவில்லை. சங்க இலக்கியங் களில் இவற்றைக் காணலாம். ஆனால் மணிமேகலை இக்கொள்கையை ஏற்றுக் கொள்ளவில்லை.

உடல் அழியும்; இளமை நீங்கும்; அழகு சிதையும். இன்பம் நிலைக்காது. அறம் ஒன்றே அழியாதது. ஆதலால் நல்லறங்களைச் செய்து இறந்தபின் நல்வாழ்வு பெற வழி

தேடவேண்டும் என்ற கொள்கையை மணிமேகலை வற்புறுத்துகிறது.

"எல்லாத் துன்பங்களுக்கும் ஆசையே காரணம். ஆசையில்லாவிட்டால் துன்பம் இல்லை, இறப்பும் இல்லை. பிறப்பும் இல்லை. ஆசையற்றவர்களே நல்லறம் புரிவார்கள். துன்பம் இல்லாமல் வாழ்வார்கள்" இவ்வுண்மையை எடுத்துச் சொல்வது மணிமேகலை.

யாக்கை நிலையாமை

இவ்வுடம்பு முன் செய்த வினையால் பிறந்தது. நல்வினை, தீவினைகளைச் செய்வதற்குக் காரணமாக இருப்பது. வாசனைத் திரவியங்களால் அலங்கரிக்கப்படா விட்டால் புலால் நாற்றம் வீசுவது. எப்போதும் இளமையுடன் இருக்காது. மூப்பும், சாக்காடும் உள்ளது.

கொடிய நோய்களுக்கு உறைவிடமானது. ஆசை பற்றியிருக்கும் இடம். குற்றங்கள் நிறைந்திருக்கும் பாண்டம். கோபத்தின் கொள்கலம். மூர்ச்சையடைதல், வாய்விட்டு அழுதல் இவற்றையுடையது. மக்கள் உடம்பின் இயல்பு இதுதான்.

இளமை நிலையாமை

மங்கையரின் அழகில் ஆடவர்கள் மயங்குவது இயல்பு. பெண் இன்பமே பெரிதெனக் கருதி வாழ்வோர் பலர் உண்டு. இதன் பொருட்டு எல்லாச் செல்வங்களையும் இழந்து பரிதவிப்போர் உண்டு. தமக்கென்ற உரிமை, உணர்ச்சி ஒன்றும் இல்லாமல் பெண்கள் சொற்படி ஆடுவோர் உண்டு. பெண்களின் இளம் பருவ அழகிலும், இன்பத்திலும் ஈடுபட்டு மயங்கியவர்கள் இழி நிலையை அடைவர். இதனை மணிமேகலை தெளிவாகக் கூறுகிறது.

சாவது உறுதி

இவ்வுலகில் பிறந்தவர்கள் யாராய் இருந்தாலும் அவர்கள் இறப்பது நிச்சயம். பெண்கள், குழந்தைகள், முதியோர், இளையோர் யாராய் இருந்தாலும் எமனுக்கு இரையாவர். கொடுந்தொழிலையுடைய எமன், முதியவர், இளையவர் என்று பார்க்கமாட்டான். எல்லோரையும் காலம் முடிந்த பின் கொன்று குவிப்பான், இவ்வாறு உயிர் குடிக்கப்பட்ட உடம்புகளை நெருப்பாகிய வாயையுடைய இச்சுடுகாடு சாப்பிடுவதைக் கண்கூடாகக் காண்கின்றனர். கண்டும் மிகப்பெரும் தீமையுடைய கள்ளை உண்டு விளையாடுகின்றனர். மிகச் சிறந்த நல்லறங்களைச் செய்யாமல் வாழ்கின்றனர். இவர்களைக் கண்டு பரிதாபப்பட வேண்டியுள்ளது.

அறமே துணை

'உலக வாழ்வு நிலையற்றது' என்ற உண்மையை உணர்ந்தவர்கள் காலங் கடத்தாமல் நல்லறங்களைச் செய்வார்கள். 'இன்று போகட்டும் நாளை செய்வோம்' என்று காத்திருக்க மாட்டார்கள். நல்வினைகளைச் செய்தவர்கள் செல்வர்களாகப் பிறந்து சிறப்புறுவர். தீவினைகளைச் செய்தவர்கள் ஏழைகளாகப் பிறந்து ஏக்கம் உறுவார்கள். செல்வர்களின் வாசல்களில் சென்று பிச்சைக்குக் காத்துக் கிடப்பர் என்பது மணிமேகலை காலத்து மக்கள் நம்பிக்கை.

ஒழுக்கம்

சான்றோர்களால் வெறுத்து ஒதுக்கப்பட்டவை ஐந்து. அவை உண்ணல், பொய் சொல்லுதல், களவு செய்தல், கொலை செய்தல், காம வெறி கொள்ளுதல் என்பவையாம். இவற்றைப் பஞ்சமா பாதகங்கள் என்பர். காம வெறியானது கள், பொய், களவு, கொலை இந்நான்குடன் இணைந்தே

செயல்படும். எனவே காமத்தை ஒழித்தவனே தீவினைகளை ஒழித்தவன் ஆவான்.

பாவ புண்ணியங்கள்

கள் உண்டலும், பிற உயிர்களைக் கொன்று தின்பதும், நல்லறங்கள் ஆகா. இவை தீய செயல்கள். பாவச் செயல்கள். அறம் புரிவோர் சுவர்க்கம் புகுவர். பாவம் செய்வோர் நரகம் அடைவர். ஆதலால் பாவத்தை ஒழித்துப் புண்ணியம் செய்ய வேண்டும் என்று மணிமேகலை கூறுகிறது.

வாழ்வு நிலையற்றது என்ற உண்மையை உணரும் மக்கள்தாம் பேராசை கொள்ளமாட்டார்கள். தந்நலம் மிகுந்து பிறருக்குத் தீமை செய்யமாட்டார்கள். எல்லோரும் இன்புற்றிருக்கப் பணிபுரிவோம் என்ற எண்ணம் கொள்வார்கள். இக்கருத்துடன்தான் அறிஞர்கள் உடல், இளமை, செல்வம் இவற்றின் நிலையாமையை வலியுறுத்தினர். மக்கள் ஒவ்வொருவரும் பொதுப்பணி புரிவதில் விருப்பம் கொள்ள வேண்டும் என்பதே அவர்கள் கருத்து. மணிமேகலை இத்தகைய அறங்களை வற்புறுத்திச் செல்கிறது. இரண்டாயிரம் ஆண்டுகளுக்கு முன்னர் கூறப்பட்டவைகளாக இருப்பினும், இவ் அறங்கள் இன்றும் நிலை பெற்றிருக்கின்றன என்பதைக் காணலாம்.

மக்களும், மன்னரும்

மணிமேகலை ஆசிரியர் காலத்தில் தமிழ் நாட்டில் மக்கள் ஆட்சியில்லை. மன்னர் ஆட்சிதான் இருந்தது. ஆயினும் அரசர்கள் சர்வாதிகாரிகளாக இல்லை. மக்களுடன் கலந்துதான் ஆட்சி நடத்தினர். இந்த உண்மையை மணிமேகலையில் காண்கிறோம். காவிரிப் பூம்பட்டினத்தில் நடைபெற்ற இந்திரவிழாவைப் பற்றி மணிமேகலையில் கூறப்படுகிறது. இந்த விழாவை எப்படி நடத்துவது

என்பதைப் பற்றிப் பொதுமக்களும், ஆட்சியாளரும் ஒன்றுகூடிப் பேசி முடிவு செய்தனர் என்று காணப்படுகிறது.

பண்டைத் தமிழகத்தில் மன்னனே மக்களின் உயிராகக் கருதப்பட்டான். மன்னன் இன்றேல் மக்கள் வாழமுடியாது என்று எண்ணினர். மன்னனே தெய்வம். அவன் சொல்லுக்கு மறுப்பு இல்லை. அவன் இடும் கட்டளைகள் எவையானாலும் கீழ்ப்படிந்து நடக்க வேண்டும் என்று நினைத்தனர். நடந்தனர். ஆயினும் மக்களைக் கொடுமைப்படுத்திய மன்னர்கள் நிலைத்து வாழ்ந்தது இல்லை.

மணிமேகலை காலத்தில் மன்னன் உடலாகக் கருதப்பட்டான். மக்கள் உயிராக எண்ணப்பட்டனர். மக்கள் துன்புற்றால் மன்னன் வாழ முடியாது. ஆட்சி நடைபெறாது. அரசாங்கம் கவிழ்ந்து விடும் என்ற கொள்கை நிலவியிருந்தது. இதனால் மக்களைக் காக்க வேண்டியது மன்னன் கடமை. ஆட்சியின் பொறுப்பு என்ற நீதி நிலைத்து நின்றது.

காவிரிப்பூம்பட்டினத்திலிருந்து ஆட்சி செய்த சோழ மன்னர்கள் அறநெறி தவறாமல் ஆண்டு வந்தனர். அரசர்களுக்குரிய கடமைகளை அறிந்து அவ்வழியில் நடந்தனர். இதைக் கரிகாற் சோழன், மனுநீதிகண்ட சோழன் இவர்களின் செயல்களை எடுத்துக்காட்டி மெய்ப்பிக்கின்றது.

மன்னர்க்கு வாழ்த்து

இவ்வாறு மன்னர்கள் நீதி தவறாமல் ஆட்சி செய்த காரணத்தால்தான் அவர்கள் மக்களால் வாழ்த்தப்பட்டனர். மக்கள் நல்ல காரியங்களைச் செய்யும் போதெல்லாம் மன்னர்களை வாழ்த்தினர். அரசாங்கத்தை வாழ்த்தினர். நாடு நலம் பெற வேண்டுமென்று பிரார்த்தனை செய்தனர்.

நகரங்கள்

காவிரிப்பூம்பட்டினம்

மணிமேகலை காலத்தில் சோழ நாட்டின் தலை நகரம் காவிரிப்பூம்பட்டினம், பாண்டி நாட்டின் தலை நகரம் மதுரை, சேர நாட்டின் தலைநகரம் வஞ்சி. தொண்டை நாட்டின் தலைநகரம் காஞ்சி நகரம். இந்த நான்கு நகரங்களைப் பற்றியும் மணிமேகலை பேசுகிறது.

காவிரிப்பூம்பட்டினம் காவிரி ஆறு கடலோடு கலக்கும் இடத்தில் உள்ளது. காவிரியில் அந்நகர மக்களும், வெளிநாட்டிலிருந்து வருவோரும் நீராடுவார்கள். காவிரியில் எப்போதும் நீர் வற்றாமல் ஓடிக்கொண்டிருக்கும். அது புண்ணிய நதிகளில் ஒன்று. செங்கோல் ஆட்சி செய்யா நின்ற சோழ மன்னர்களின் குலக்கொடி காவிரி, தண்டமிழ்ப் பாவை என்னும் பெயருடையது, காவிரி நதி. காவிரிப்பூம் பட்டினத்தின் பழைய பெயர் சம்பாபதி.

புகாரில் மலர்ச் சோலைகள் பல இருந்தன. கோயில்கள் நிறைந்தது அந்நகரம். வணிகர்களும், செல்வர்களும் வாழ்ந்து வந்தனர். இசை வல்லுநர், சிற்பிகள், ஓவியம் தீட்டுவோர் ஆகிய கலைஞர்கள் வாழ்ந்தனர். பலதிறப்பட்ட தொழிலாளர்கள் இருந்தனர். மக்களுக்கு அறவுரை கூறும் புலவர்கள் பலர் இருந்தனர். நகரத்தில் பெரிய மாளிகைகள் இருந்தன. சோழ மன்னன் செங்கோல் கோணாமல் ஆட்சி புரிந்து வந்தான். இவை இந்நூலில் காணப்படும் செய்திகள்.

மதுரை

மதுரையைப் பற்றி இந்நூலில் சுருக்கமாகக் கூறப் பட்டுள்ளது. தென் மதுரையில் அறிவிலும், கல்வியிலும் ஒழுக்கத்திலும், செல்வத்திலும், கொடையிலும் சிறந்தவர்கள் பலர் இருந்தனர். மிகுந்த செல்வத்தை ஈட்டி அறநெறியில் சேவை செய்து புகழ் பெற்ற மக்கள் வாழ்கின்ற தென் மதுரை என்று மற்றோர் இடத்தில் குறிப்பிடப் பட்டுள்ளது. அங்கே பாண்டியர் அரசாட்சி நன்றாக நடைபெற்றது. கதாநாயகியின் நடவடிக்கை அந்நகரில் அதிகம் இல்லாமையால் விரிவாகச் சொல்லப்படவில்லை போலும்.

வஞ்சி

மணிமேகலையில் இந்நகரைப் பற்றி கடைசி மூன்று காதைகளில் விரிவாக எழுதப்பட்டுள்ளது. சேர நாட்டின் தலை நகரமாகிய வஞ்சி, பெரிய நகரமாக விளங்கிற்று. அந்நகரில் பல விதமான தொழிலாளர்கள் வாழ்ந்தனர். அறிஞர்கள் இருந்தனர். நல்ல முறையில் வாணிகம் நடைபெற்றது. அது உன்னதமான நாகரிகம் பொருந்திய பெரிய நகரமாக இருந்தது. இது மதவாதிகள் வாழ்கின்ற ஒரு பெரும்பதியாக விளங்கிற்று. அறிஞர்கள் நிறைந்த ஒரு கலாநிலையமாக காட்சியளித்தது. பல நாட்டு மக்களும் வந்துபோகும் யாத்திரைக்குரிய ஒரு புனித நகரமாகவும் விளங்கிற்று.

காஞ்சி

மணமேகலை காலத்தில் தொண்டை நாட்டின் தலைநகரமாகக் காஞ்சி மாநகரம் விளங்கியது. 'தேவ லோகந்தான் மண்ணுலகில் வந்து கிடந்ததோ என்று மதிக்கும்படியாக இருந்தது காஞ்சி' என்று மணிமேகலை புகழ்கிறது. காஞ்சி என்பது, பொன் காஞ்சிமாநகர் -

பொன்னகரம். இப்பெயர் இதன் அழகையும் வளத்தையும் குறிக்கும்.

காஞ்சியைத் தலைநகராகக் கொண்டு சோழ மன்னர்கள் ஆண்டு வந்தனர். அந்நகரத்தில் தவம் புரிவோர், சமயவாதிகள் பலர் இருந்தனர். இதனால் 'தொண்டைநாடு சான்றோர் உடைத்து' என்னும் பெருமை பெற்றது. பதினெட்டு மொழிகளைப் பேசும் பல நாட்டு மக்களும் அந்நகரத்தில் இருந்தனர். அந்நகரின் நடுவில் புத்தர் கோயில் இருந்தது. நகரின் தென்மேற்கில் ஒரு பூஞ்சோலை, குளம். சோலையில் புத்த பீடிகை இவைஅமைக்கப்பட்டிருந்தன. இக்குறிப்புகள் மணிமேகலை நூலில் காணப்பட்டவை.

பொது

மணிமேகலையைப் படிப்போர் இதில் சொல்லப்பட்ட அறங்கள் யாவும் பாரதநாடு மக்கள் அனைவர்க்கும் பொதுவானவை என்பதை உணர்வர். தேசீய ஒருமைப் பாட்டிற்கு அப்பொழுதே வழிவகுக்கப்பட்டது எனலாம். புத்தமதம் வட நாட்டில் தோன்றியது எனினும், தமிழர்கள் இக்கருத்தைத் தம்முடையதாகவே ஏற்றுப் போற்றினர். தமிழ்நாட்டில் இந்திரனுக்கு விழா நடைபெற்றது. பல தெய்வங்களைத் தமிழர் வழிபட்டனர். வடநாட்டினர் பலர் தென்னாட்டிற்கு யாத்திரையாக வந்தனர். இராமாயணம் முதலிய கதைகள் தமிழ்நாட்டில் வழங்கி வந்தன. பல நாட்டுக் கலைஞர்களும், பல மொழியினரும் தமிழ்நாட்டில் கூடியிருந்தனர். உழைத்தனர். ஒன்றுபட்டு வாழ்ந்தனர்.

தமிழர்கள் பல மொழிகளை அறிந்திருந்தனர். பல நாட்டினருடன் வாணிகத் தொடர்பு கொண்டிருந்தனர். பல நாடுகளுக்கும் சென்று வந்தனர். புத்த தர்மம் பாரத நாடு முழுவதும் பரவியிருந்தது. பரப்பப்பட்டும் வந்தது. தமிழகத்திலும் புத்தமதம் பரவியிருந்தது. வடமொழி

நூல்களைத் தமிழர்கள் வெறுக்கவில்லை. வடமொழியின் மீதும் தமிழர்கள் வெறுப்புக் காட்டவில்லை.

தமிழர்கள் யாரையும் வெறுக்காமல் எல்லோருடனும் ஒன்றுபட்டு வாழ்ந்தனர். மணிமேகலை காலத்தில் இந்த ஒற்றுமை குடிகொண்டிருந்தது.

முடிவுரை

மணிமேகலை கட்டழகி. உலக இன்பத்தை வெறுத்தவள். அருள் அறத்தைக் கைக்கொண்டவள். இன்னா செய்தார்க்கும் இனிய செய்தவள். தவச்செல்வி. சமய வாதம் செய்யவல்லவள். தன் உபதேசத்தால் பிறரைத் திருத்தி நன்னெறிப்படுத்த வல்லவள். மணிமேகலை சிறந்த புத்த காவியம். பலரும் படித்துப் பயன்பெற வேண்டுமென்பது எனது பேரவா.

3

சீவக சிந்தாமணி

ஆசிரியர்: திருத்தக்க தேவர்

நாமகள் இலம்பகம்

வளமிக்க ஏமாங்கத நாட்டில் இராசமாபுர நகரில் சச்சந்த மன்னன் அரசாண்டு வந்தான். பேரழகும், பேரறிவும் உடைய இவன், விதைய நாட்டு அரசன் மகள் விசயை என்னும் நங்கையை மணந்தான். அவளுடைய பேரழகிலும், களி மயக்கிலும் தன்னை மறந்து, தன் கட்சிப் பொறுப்பை கட்டியங்காரன் என்னும் அமைச்சனிடம் ஒப்படைத்துவிட்டு, அந்தப்புரமே கதியென்று கிடக்கலானான். இவ்வாறாக கிடந்த போது ஒரு நாள் கருவுற்றிருந்த விசயை மூன்று கனவுகளைக் கண்டு அவற்றைத் தனது கணவனிடம் கூறினாள்.

வரப்போகும் தீமைகளை உணர்ந்தறிந்த சச்சந்தன் வானில் பறக்கின்ற மயில் பொறி ஒன்றைச் செய்து அதை இயக்கும் வித்தையையும், விசயையிடம் கூறி வைத்திருந் தான். கனவில் கண்டதைப் போலவே கட்டியங்காரன் ஒரு நாள் மன்னனைச் சிறை பிடிக்க ஆரம்பித்தான். மன்னன் விசயையை மயில் பொறியில் ஏற்றி அனுப்பி விட்டான்.

அப்பொறி நகரத்துப் புறங்காட்டில் சென்று இறங்கியது. விசயை ஆண் குழந்தை ஒன்றை அக்காட்டில் பெற்றாள். அச்சுடுகாட்டில் உறையும் தெய்வம் ஒன்று சண்பகமாலை என்னும் தோழி உருக்கொண்டு உதவியது.

அப்போது அந்நகரத்து வணிகன் கந்துக்கடன் இறந்த தன் மகனைப் புதைக்க அங்கு வந்தான். அவனைக் கண்டு இருவரும் சென்று மறைந்து கொண்டனர். தனியே கிடந்த குழந்தையை கந்துக்கடன் கண்டு மகிழ்ந்து வாரி எடுத்தான். அது தும்மியது, கனகமாலை என்னும் தோழி உருவில் இருந்த தெய்வம் 'சீவ' என்று வாழ்த்தியது. அது அவ்வணிகன் காதில் சீவகன் எனப்பட்டது. சீவகன் என்றே அக்குழந்தைக்குப் பெயர் சூட்டி, அக்குழந்தையைக் கொண்டுபோய் வளர்க்கலானான். விசயை தண்டகாரணியத்தில் உள்ள தவப்பள்ளியை அடைந்து வாழலானாள். சீவகன் அச்சணந்தி ஆசிரியரை அடைந்து வாழலானான். சீவகன் அச்சணந்தி ஆசிரியரை அடைந்து கலை பல கற்றதோடு தன் பிறப்பு வரலாறும் உணர்ந்தான்.

கோவிந்தையார் இலம்பகம்

காட்டில் கட்டியங்காரனுடைய ஆனிரைகளை ஆயர்கள் மேய்த்துக் கொண்டிருந்தனர். அவற்றை வேடர்கள் வந்து கவர்ந்து சென்றனர். கட்டியங்காரனுடைய மைத்துனன் மதனனும் மக்கள் நூற்றுவரும் சென்று அவ்வேடர்களோடு போரிட முடியாமல் இருந்தனர்.

ஆயர்குலத் தலைவனாகிய நந்தகோன் இதையறிந்து வருந்தி வேடரை வென்று ஆனிரையை மீட்டுத் தருவோர்க்குத் தன் மகள் கோவிந்தையை மணமுடித்து தருவேன் என்று முரசு அறைவித்தான். வீரர் பலர் அஞ்சிக்

கிடக்கையில் சீவகன் வேடரோடு போரிட்டு அவர்கள் கவர்ந்த ஆனிரையை மீட்டுத் தந்தான். நந்தகோன் தன் மகள் கோவிந்தையைச் சீவகனுக்கு மணம் செய்து வைக்க முன் வந்தான். என்றாலும் சீவகன் அவளைத் தன்னுடைய தோழன் பதுமுகனுக்கு மணம் செய்வித்தான்.

காந்தருவ தத்தையார் இலம்பகம்

சீவகன் இவ்வாறு இராசமாபுரத்தில் வாழ்ந்து வரும் நாளில் அந்நகர வணிகன் சீதத்தன் என்பவன் கைப்பொருள் இழந்து கடலோடிப் பொருள்பெறச் சென்றான். நடுக்கடலில் தோன்றிய புயலில் கப்பலை இழந்து ஸ்ரீதத்தன்தரன் என்னும் வித்தியாதரன் உதவியால் வெள்ளி மலை வேந்தன் கலுழவேகன் என்பவனைக் கண்டான். பொன்னும் பொருளும் தந்து கலுழவேகன் தன் மகள் காந்தருவ தத்தையை, சீதத்தனுடன் இராசமா புரத்துக்கு அனுப்பி வைத்தான். யாழில் வல்லான் ஒருவனுக்கு அவளை மணமுடித்துத் தரும்படி கேட்டுக் கொண்டான். சீதத்தன், மன்னன் கட்டியங்காரனுடைய ஒப்புதல் பெற்று யாழ் போட்டிக்கு ஏற்பாடு செய்தான். யாழ்ப் போர் ஆறு நாள் நடைபெற்றது. மன்னர் பலர் முயன்று தோற்றனர். சீவகன் காந்தருவ தத்தையோடு போட்டியிட்டு யாழில் அவளை வென்றான். தோற்ற மன்னர் பலரும் கட்டியங்காரனும் ஆத்திரங்கொண்டு சீவகனோடு போரிடக் கிளம்பினர். சீவகன் அனைவரையும் தோற்றோடச் செய்தான். காந்தருவ தத்தையை மணந்து மகிழ்ந்தான்.

குணமாலையார் இலம்பகம்

சீவகன் காந்தருவ தத்தையோடு மகிழ்ந்திருக்கும் நாளில் ஒரு நாள் இளவேனில் பருவத்தில் பொழில் விளையாட்டில் சுர மஞ்சரி என்பவளும், குணமாலை என்பவளும்

தங்களுடைய பொற் கிண்ணங்களில் எவருடையது உயர்ந்தது என்று அறிய முயற்சி செய்தனர். அவர்களின் தோழிமார் அவற்றைச் சீவகனிடம் காண்பித்தனர். அவன் குண மாலையின் கிண்ணமே உயர்ந்தது என்றான். சுருமஞ்சரி வெகுண்டு ''இச்சீவகன் என்பால் வலிய வந்து வேண்டும் படி நோன்பு இயற்றுவேன்'' என்று சூள் உரைத்து கன்னிமாடம் புகுந்தாள்.

அப்பொழிலில் பார்ப்பனர் சோற்றைத் தின்ற நாயை அடித்தனர். அந்நாய்க்கு இரங்கி சீவகன் அதன் காதில் ஐந்து எழுத்து மந்திரத்தை ஓதினான். அந்நாய் சுதஞ்சணன் என்னும் தேவ உடல் பெற்று, விண்ணில் தோன்றியது. 'உனக்கு நான் ஆபத்தில் உதவுவேன்' என்றுகூறிச் சென்றது. அப்போது கட்டியங்காரனுடைய பட்டத்து யானை அசனிவேகம் மதங்கொண்டு குணமாலையைத் தாக்க முயன்றது. அவன் அதனை அடக்கி, குணமாலையைக் காத்தான். பின்னர் அவளைத் திருமணம் செய்து கொண்டான்.

இவற்றைக் கேட்ட கட்டியங்காரன் சினந்தெழுந்தான். சீவகனைச் சிறைபிடிக்கச் செய்தான். அந்நிலையில் சுதஞ்சணன் என்னும் தேவன் தோன்றி மதனனையும் மற்ற வர்களையும் மடக்கிச் சீவகனைத் தன்னோடு அழைத்துச் சென்றான்.

பதுமையார் இலம்பகம்

சுதஞ்சணனுடன் சென்ற சீவகன் பல நாடுகளுக்கும் சென்று இனிய காட்சிகள் பலவும் கண்டான். காமனும் மயங்கிப்பாடும் இன்குரல் தருவதும், பாம்பு முதலிய வற்றின் கொடு நஞ்சைப் போக்குவதும், கருதிய உடம்பு பெறுவதுமாகிய மூன்று மறை மொழிகளைத் தெரிந்து கொண்டான்.

பிறகு அரணபாதம் என்னும் மலையை அடைந்து அருகக் கடவுளை வணங்கினான். சந்திராபம் என்னும் நகரை அடைந்தான். அந்நகரத்து அரசன் தனபதிக்கு நண்பனானான். அவன் மகள் பதுமையைப் பாம்பு கடித்துவிட்டது. அவளுடைய விஷத் துயரைப் போக்கி, அவளை மணந்து கொண்டான். மேலும் பல நாடுகளைக் காணும் வேட்கையால் பதுமையை ஒரு நாள் நள்ளிரவில் பிரிந்து பல நாடுகளைக் காணச் சீவகன் புறப்பட்டுச் சென்றான்.

கேமசரியார் இலம்பகம்

பல நாடுகளைக் கண்டுவந்த சீவகன் சித்திரகூட மலையில் உள்ளதோர் தவப்பள்ளியை அடைந்தான். அங்குப் பல துறவிகளோடு அளவளாவிய பிறகு அதை விட்டு நீங்கி தக்க நாட்டின் தலைநகராகிய கேமமா புரத்தை அடைந்தான்.

அந்நகரின் வணிகன் சுபத்திரன் என்பானுக்கு கேமசரி என்னும் அழகிய மகள் ஒருத்தி இருந்தாள். அவள் ஆடவரைக் கண்டு நாணாத இயல்புடையவளாய் இருந்தாள். இதனை அறிந்த சோதிடர்கள், ''எவனைக் கண்டு உன் மகள் நாணம் உறுகிறாளோ அவனே உன் மகளுக்கு மணாளன் ஆவான்'' என்று சுபத்திரனிடம் கூறியிருந்தார்கள். விதிமுறைப்படி சுபத்திரன் கடைக்கு வந்த சீவகனைக் கண்டு கேமசரி நாணியதை வணிகன் கண்டான். இவனே தனக்கு மருமகனாக வேண்டியவன் என்று துணிந்து கேமசரியை அவனுக்கு மணமுடித்துக் கொடுத்தான்.

கேமசரியோடு சில நாள் இன்புற்று வாழ்ந்த சீவகன் பின்னர் அவளைப் பிரிந்து சென்றான்.

கனகமாலையார் இலம்பகம்

பிறகு சீவகன் மத்திம தேசத்தில் உள்ள ஏமமாபுரம் என்னும் நகரை அடைந்து அங்குள்ள பூம்பொழில் பொய்கையின் கரையில் அமர்ந்து காந்தருவதத்தை

முதலானோரை எண்ணிக் கலங்கியிருக்கையில் அந்நகர அரசகுமாரன் விசயன் என்பவனைக் கண்டான். சீவகனது வில் வலிமையை அறிந்த விசயன் அவனைத் தன் தந்தை தடமித்தனிடம் அழைத்துச் சென்றான். தடமித்த மன்னன் சீவகனைத் தன் மக்கள் ஐவருக்கும் விற்பயிற்சி அளிக்க ஆசிரியன் ஆக்கியதோடு தன் மகள் கனகமாலையை அவனுக்கு மணம் செய்து கொடுத்து மருமகனாகவும் ஆக்கிக் கொண்டான்.

இராசமாபுரத்தில் சீவகனைக் காணாமல் கலங்கிய நந்தட்டன் முதலான தோழர்கள் காந்தருவதத்தையின் மாய சக்தியால் அவன் ஏமமாபுரத்தில் கனகமாலையோடு இன்புற்றிருப்பதைக் கண்டு மகிழ்ந்து காந்தருவதத்தையின் துணையால் சீவகனிடம் வந்து சேர, இருவரும் மகிழ்ந்தனர்.

பின்னர் இவர்கள் இருவரையும் தேடிப் புறப்பட்ட பதுமுகன் முதலாய தோழர்கள் வழியில் இருந்த தவப் பள்ளியில் விசயையைக் கண்டு மகிழ, விசயை, "சீவகனை அழைத்து வருக" என்று கேட்டுக்கொண்டாள். ஏமமாபுரத்தை அணுகிய சீவகனது தோழர்கள், சீவகன் இருப்பிடத்தை அறியும் பொருட்டு தடமித்தனுடைய ஆநிரையைக் கவர்ந்தனர். அதை மீட்க வந்த சீவகனைக் கண்டு பணிந்து, தண்டகாரணியத்துத் தவப்பள்ளியில் விசயையைக் கண்ட சேதியை எடுத்துக் கூறினர். தன்னை ஈன்ற தாய் தவப்பள்ளியில் இருப்பதைக் கேட்டறிந்த சீவகன், கனகமாலையை அங்கேயே இருக்கச் செய்துவிட்டு, தன் தோழர்கள் புடைசூழ, தாயைக் காண, தவப்பள்ளியை நோக்கிப் புறப்பட்டான்.

விமலையார் இலம்பகம்

தன்னையீன்ற தாய் விசயையைக் காணப் பேரவாக் கொண்டுவந்த சீவகன், தன் வரவை எதிர்நோக்கியிருந்த

தாயின் காலில் விழுந்து வணங்கினான். விசயையையும் தன் அன்பு மகனைக் கண்டு ஆனந்தம் கொண்டாள்.

கட்டியங்காரனைக் கொல்ல, கோவிந்தனைத் துணைக் கொள்ளப் பணித்த தாயின் சொற்படி விசயையைத் தன் மாமன் கோவிந்தனிடம் அனுப்பி வைத்துவிட்டு, சீவகன் தன் தோழர்களுடன் புறப்பட்டு இராசமாபுரத்தை அடைந்தான். அங்கு நகர்புறத்தே உள்ள சோலையில் தன் தோழர்களை இருக்கச் செய்துவிட்டுத் தான் மட்டும் வேற்றுருவில் நகருக்குள் சென்றான். சென்றவனை, அந்நகரத்து வணிகன் சாகரதத்தன் மகள் விமலை என்பவள் கண்டு அவன் பேரழகில் மனதைப் பறிகொடுத்தாள். சீவகனும் அவளை மறக்க முடியாதவனாய், அவள் தந்தையின் கடையருகே வந்து நின்றான்.

சீவகன் கடையருகே வந்தவுடன் விலையாகாமல் கடையில் நெடுநாள் இருந்த சரக்குகள் எல்லாம் விற்று விலையாயின. அது கண்ட சாகரதத்தன் சீவகனை அன்போடு வரவேற்று, ''முன்பு ஒரு சோதிடன் என் மகளுக்குரிய கணவன் என் கடைக்கு வலிய வருவான். அப்படி அவன் வந்ததும் உன்னுடைய கடையில் விற்காமல் கிடந்த பழஞ்சரக்கெல்லாம் விற்று முதலாகும்'' என்று கூறியிருந்தான். ''இன்று நீ என் கடையருகே வந்து நின்றதும் என் இருப்பெல்லாம் விற்றுத் தீர்ந்தன. எனவே நீதான் அச்சோதிடன் கூறிய - என் மகள் - விமலைக்கேற்ற கணவனாய் இருக்கக் கூடும்'' என்று கூறி, அவனைத் தன் மாளிகைக்கு அழைத்துச் சென்று விமலையை மணம் செய்து கொடுத்தான். சீவகனும் விமலையோடு கூடி இரு நாள் இன்புற்றிருந்து பின் தன் தோழர்களை அடைந்தான்.

சுரமஞ்சரியார் இலம்பகம்

சீவகனைத் திருமணக் கோலத்தோடு கண்ட அவன் தோழர்கள் அவன் மணந்த மங்கையின் பெயரென்ன என்று கேட்க, சீவகன், "அவள் பெயர் விமலை" என்றான். அது கேட்ட அவர்கள் சீவகனைக் காமனே என்று போற்ற, புத்திசேனன் என்பவன், "இவ்வூரில் வாழும் சுரமஞ்சரி என்னும் பெண், ஆடவரின் பெயரைக் கேட்டால்கூட வெறுப்படைவாள். காமனே எதிர் வந்தாலும் கண்கொண்டு பார்க்க எண்ணமாட்டாள். அப்படிப்பட்டவளை மயக்கி சீவகன் மணம் புரிவான் ஆயின் இவனை நான் வெறும் காமன் என்றல்ல; காம திலகன் என்று அழைப்பேன்" என்று கூறினான். சீவகனும், "புத்திசேனா! நான் அச்சுரமஞ்சரியை மயக்க நாளையே அவள் காமகோட்டம் வரச் செய்கிறேன். நீ அங்கே காமன் படிவத்தின் பின்னே மறைந்திரு" என்று கூறினான்.

பிறகு சீவகன் முது பார்ப்பன வடிவங்கொண்டு, கூனிக் குறுகி, தண்டூன்றி நடக்கும் கிழவுருவில் சுரமஞ்சரியின் மாளிகையை அடைந்தான். வாயிலில் காத்து நின்ற மகளிர் இரக்கம் கொள்ளும்படிப் பேசி சுரமஞ்சரியைக் கண்டு அவளோடு உரையாடினான். அவளிட்ட உணவை உட்கொண்டு உறங்கப் போனான். எழுந்து அமுதம் பொழிவதைப் போலப் பாடினான். அப்பாடலை கேட்ட சுரமஞ்சரி, தோழியரை அழைத்து, "இப்பாடல் சீவகனின் இன்னிசையைப் போல் உள்ளது. எனவே நாளையே நான் காமகோட்டம் சென்று வழிபாடு செய்து அவனை அடைய வழி செய்யுங்கள்" என்றாள்.

அடுத்த நாள் காமகோட்டம் சென்று வழிபட்ட சுரமஞ்சரியிடம் அங்கு ஒளிந்திருந்த புத்திசேனன், 'சீவகனை அடைந்தாய்' என்று கூற, சுரமஞ்சரி தான் அறையில் பூட்டி வைத்த அந்தணன் சீவகனே என்று அறிந்து மகிழ, அவனும்,

'நாளை உன்னை வந்து காண்பேன்' என்று கூறி தன் தோழர்களை அடைந்தான்.

தோழர்கள் அவனைக் காமதிலகன் என்று போற்றினர். சுரமஞ்சரியின் தந்தை குபேரமித்திரன் சீவகனுக்கு அவளை மணம் புரிவித்தான். அடுத்து சீவகன் பெற்றோர்களையும், காந்தருவதத்தை, குணமாலை ஆகியோரையும் கண்டு மகிழ்ந்தான்.

மண்மகள் இலம்பகம்

ஏமாங்கத நாட்டை விட்டுப் புறப்பட்ட சீவகன் விதைய நாட்டையடைந்து, தன் மாமன் கோவிந்தனைக் கண்டான். கோவிந்தனோடு நட்புறவு கொள்ளக் கருதி கட்டியங்காரன் அனுப்பிய ஓலையைக் கண்ட கோவிந்தன் அவனோடு போர் புரியக் கருதி, சீவகனுடனும் மற்றுமுள்ள படைகளுடனும் இராசமாபுரம் வந்து அடைந்தான். வஞ்சனையால் தன்னை வென்று விடக் கருதிய கட்டியங்காரனை வஞ்சனையாலேயே வீழ்த்தக் கருதிய கோவிந்தன் தன் மகள் இலக்கணையின் சுயம்வரத்திற்கு ஏற்பாடு செய்தான்.

திரி பன்றிப் பொறி ஒன்று செய்து வைத்து அதை அம்பெய்து வீழ்த்துபவனே இலக்கணையின் மணாளன் ஆவான் என்றும் அறிவித்தான். பலர் முயன்று தோற்றனர். அப்பன்றிப் பொறியைச் சீவகன் தன் அம்பால் வீழ்த்தினான். சீவகனைக் கண்ட கட்டியங்காரன் கொதித் தெழுந்தான். வானில் அப்போது ஒரு தேவன் தோன்றி 'கட்டியங்காரன் என்னும் யானையைக் கொன்று அழிக்கும் சிங்கம் சீவகன்' என்று கூறிச் சென்றான். அது கேட்ட கட்டியங்காரன் மேலும் கொதிப்படைந்து சீவகனோடு போரிடக் கிளம்பினான். இருவருக்கும் நடைபெற்ற பெரும் போரில் கட்டியங்காரன் தோற்றான். அவன் படைகளும் அழிந்தன. இது கேட்டு விசயை மனமகிழ்வு பெற்றாள்.

பூமகள் இலம்பகம்

பகை வென்று வாகை சூடிய சீவகன் முருகவேளைப் போல அரண்மனையை அடைந்தான். கட்டியங்காரன் மனைவியருள் ஒருத்தி கணவன் இறந்தது கேட்டு மனம் உடைந்து மாண்டாள். மற்றவர்க்கு எல்லாம் சீவகன் பொன்னும், பொருளும் உதவி அவர்கள் விரும்பிய வாழ்வை மேற்கொள்ளவிட்டான்.

அடுத்த நாள் சீவகன் மங்கல நீராடி பிண்டிப் பெருமான் திருவடி பணிந்து நண்பர்களும் உறவினர்களும் புடை சூழ, மணித்தவிசில் வீற்றிருந்தான். வானின்று சுதஞ்சணன் வந்து, சீவகனுக்கு மணிமுடி சூட்டினான். மணிமுடியேற்ற சீவகன் எல்லார்க்கும் எல்லாமாக வாரி வழங்கினான். அரசிறை தவிர்த்தான். அறவோர்க்கும், ஆண்டவன் கோயிலுக்கும் இறையிலியாக நிலங்களை வழங்கினான்.

இலக்கணையார் இலம்பகம்

சீவகன் பிறகு காந்தருவதத்தை முதலிய தன் தேவியரை வரப்பணித்தான். அவர்களைக் கண்டு சீவகன் மகிழ்ந்தான். கோவிந்த மன்னன் தன் மகள் இலக்கணைக்குத் திருமணம் செய்ய நாள் குறித்து நகரை அழகுபடுத்தினான்.

சீவகன் மங்கள நீராடி அணிமணி புனைந்து, தீ வலம் வந்து இலக்கணையை மணந்தான். மகிழ்வோடு வாழ்ந்தான். தன்னை அன்புடன் வளர்த்த கந்துக் கடனுக்கு அரசுரிமை யும், சுநந்தைக்குப் பெருந்தேவிப் பட்டமும் வழங்கினான். நந்தட்டனுக்கு இளவுடையான் என்னும் இளவரசு பட்டத்தையும் சூட்டி மகிழ்ந்தான். நபுல விபுலர்க்கு குறுநில மன்னர்கள் மகள்களை மணம் செய்து கொடுத்தான். கட்டியங்காரனுடைய செல்வத்தை மாமன் கோவிந்தனுக்கு வழங்கினான். சுதஞ்சணனுக்குக் கோயில் கட்டி அவன்

வரலாற்றை நாடகமாக்கி நடிக்கச் செய்தான். பிள்ளைப் பருவத்தில் தான் விளையாடி மகிழ நிழல் கொடுத்த ஆலமரத்துக்குப் பீடம் அமைத்து ஐந்து ஊர்களை இறையிலியாக விட்டு, எல்லாரும் மகிழ நல்லறம் புரிந்தான்.

முத்தி இலம்பகம்

விசயை, தன்னுடன் இருந்த தவமகளிர்க்கு எல்லாம் தன் தவப்பயனைத் தந்தாள். சண்பக மாலை என்னும் தோழியுருவில் தனக்கு உதவிய தெய்வத்திற்கு கோயில் கட்டி வழிபட்டாள். சீவகன் பிறந்த இடத்தை அறக் கோட்டம் ஆக்கினாள். துறவை மேற்கொள்ள முனைந்தாள். அது கேட்டு சீவகனும், அவன் தேவிமாரும் மனம் பதைத்தனர். விசயை, சுநந்தை முதலியோர் உடன்வர, பம்மை கோயிலை அடைந்து பம்மையடிகளார் அருளிய துறவை மேற்கொண்டனர்.

சீவகன் ஒரு நாள் பொழிலில் கண்ட காட்சியைக் கண்டு வாழ்க்கை நிலையாமையை உணர்ந்தான். சாரணர் பலரை அடைந்து, அறநெறி கூறியருளக் கேட்டுக் கொண்டான். சாரணர்பால் தன் பழம்பிறப்பையும், அப்பிறவியில் செய்த வினைப்பயன் அடுத்து வந்த பிறவியிலும் தொடர்ந்து வந்ததைத் தெரிந்துகொண்டான். தானும் துறவை மேற்கொள்ளத் துணிந்தான். அது கேட்ட அனைவரும் வருந்தினர். சமண சமயத்தை அடைந்து சீவகன் துறவு பூண்டு அருகன் அடிபணிந்து வாழ்ந்தான். முத்தி நெறி உணர்ந்தான். நித்தியத்தின் சத்தாகி நிலையான பேரின்ப வாழ்வு பெற்றான். அவன் தேவியரும், நண்பரும் தவமியற்றித் தேவநிலை பெற்றனர்.

சீவக சிந்தாமணி

ஒரு கண்ணோட்டம்

சீவக சிந்தாமணி தமிழ்மொழியில் சிறந்து விளங்கும் பெருங்காப்பியங்கள் ஐந்தனுள் ஒன்று, சீவகன் என்னும் அரசன் பிறந்தது முதல் வீடு பெற்றது இறுதியாக உள்ள வரலாற்றைக் கூறுவது. பழைய இலக்கிய இலக்கண உரைகளில் உரையாசிரியர்களால் மேற்கோளாக எடுத்துக் கொள்ளப்பட்ட பிரமாண நூல்களுள் ஒன்று. கம்பர் முதலிய பிற்கால கவிஞர் பலர்க்கும் வருணனைகளோடு நூல்கள் இயற்ற வழி காட்டியது.

பெயர்க் காரணம்

சீவகன் காப்பியத் தலைவன். இவன் பிறக்கும் போது 'ஜீவ' என்ற ஒரு தெய்வம் வாழ்த்தினமையால் சீவித்தலை உடையவன் எனப் பொருள் படுவது. சிந்தாமணி என்பது ஒரு தெய்வமணி. இந்திரனிடத்து உள்ளது. அனுபவித்தற்கு வேண்டும் பொருள்களை வேண்டியவர் வேண்டியவாறே அளிக்கவல்லது. இது உவமையாகு பெயராய் புலவர் சிந்தித்தனவெல்லாம் தரவல்லதாகிய இந்நூலுக்கு ஆயிற்று. சீவகனது சரித்திரத்தை விளக்கிக் கூறும் நூல் என்பது இதன் பொருளாகும்.

சீவகன் பிறந்தவுடன் அவன் தாய் சிந்தாமணி எனப் பாராட்டினமையால் முதலில் அவனுக்குப் பெயராய் அப்பால் அவன் வரலாறாகிய இந்நூலுக்கு ஆயிற்று. சிந்தாமணி என்ற பெயருள்ள வேறு சில நூல்களும் தமிழில் இருத்தலின் அவற்றினின்றும் வேறுபடுத்திக் காட்டுதற்

பொருட்டு சீவகசிந்தாமணி என இந்நூல் வழங்கலாயிற்று. சீவகன் எட்டு மகளிரை மணம் செய்து கொண்ட காரணத்தால் இதனை ‘மணநூல்’ என்றும் கூறுவர்.

ஆசிரியர்

இந்நூலின் ஆசிரியர் திருத்தக்க தேவர். இளமையிலேயே தென்மொழி வடமொழி என்னும் இரு மொழிகளிலும் புலமை பெற்றவர். சமண சமய நூல்கள் பலவற்றைக் கற்றுச் சமண முனிவராய்த் திகழ்ந்தார். யாக்கை நிலையாமை, செல்வ நிலையாமை முதலியவற்றை விளக்க நரி விருத்தம் என்னும் நூல் ஒன்றை இயற்றியுள்ளார்.

இந்நூல் கடவுள் வாழ்த்துடன் 3147 விருத்தப் பாக்களால் ஆகிய பதின்மூன்று இலம்பகங்களை யுடையது. இவர் காலம் கி.பி. ஐந்தாம் நூற்றாண்டு. சில ஆராய்ச்சியாளர்கள் இந்நூல் 10-ஆம் நூற்றாண்டில் எழுந்தது என்பர்.

பெருங்காப்பியத்திற்குரிய இலக்கணங்களோடு கூடியது. வாழ்த்து, வணக்கம், இயல்பு உரைத்தல் என்னும் மூன்றனுள் ஒன்று முன்வர நடந்து, அறம் பொருள், இன்பம் வீடு என்னும் நான்கினையும் பயக்கும் ஒழுக்கமுடையதாய் ஒப்பற்ற தலைவனையுடையதாய், மலை, கடல், நாடு, நகர், சூரியன் உதயம், சந்திரன் உதயம் ஆகிய இவற்றைக் குறித்த வருணனைகள் உடையதாய் விளங்குவதுடன்,

நன்மணம் புணர்த்தல் பொன்முடி கவித்தல்
பூம்பொழில் நுகர்தல் புனல்விளை யாடல்
தேம்பிழி மதுக்கனி சிறுவரைப் பெறுதல்
புலவியிற் புலத்தல் கலவியிற் கலத்தலென்று
இன்னன புனைந்த நன்னடைத் தாகி
மந்திரந் தூது செலவிகல் வென்றி

ஐம்பெரும் காப்பியங்கள்

சந்தியில் தொடர்ந்து சருக்கம் இலம்பகம்
பரிச்சேதம் என்னும் பான்மையில் விளங்கி
நெருங்கிய சுவையும் பாவமும் பொருந்தக்
கற்றோர் புனையும் பெற்றியது.

இத்தகைய சிறப்புகள் அனைத்தும் இந்நூலின் கண் காணலாம்.

சீவக சிந்தாமணியின் பாட்டுடைத் தலைவன் சீவகன். அவனுடைய தந்தையாகிய சச்சந்தன் ஏமாங்கத நாட்டு மன்னன். அவன் இராசமாபுரத்தைத் தலைநகராகக் கொண்டு அந்நாட்டைச் சிறப்பாய் ஆண்டு வந்தான். அவ்வேந்தன் தன் மாமன் மகள் விசயை என்பாளை மணந்தான். அவளுடைய காதல் இன்பத்தில் மூழ்கினான். தன் முதல் அமைச்சன் கட்டியங்காரனிடம் தன் அரசாட்சியை ஒப்படைத்தான். அக்கொடியோன் அரசனைக் கொன்று அரசாட்சியை கைப்பற்ற உறுதிகொண்டான். ஒரு நாள் படையுடன் அரசன் இருந்த அரண்மனையை வளைத்துக்கொண்டான். அரசன் அதை அறிந்து தன் மனைவி விசயையை மயிற்பொறியில் ஏற்றி வான் வழியே அனுப்பிவிட்டுப் போரிட்டு மாண்டான்.

விசயை ஏறிச் சென்ற மயிற்பொறி ஒரு சுடுகாட்டில் இறங்கியது. விசயை அங்குக் கருவுயிர்த்தாள். அவள் ஈன்ற குழந்தையைக் கந்துக்கடன் என்ற வணிகன் எடுத்துச் சென்று வளர்த்தான். சீவகன் நன்கு வளர்ந்தான். அச்சணந்தி என்ற ஆசிரியரிடம் பல கலைகளையும் பயின்றான். அவரிடம் தன் தந்தையின் வரலாற்றை அறிந்தான். தன் தந்தையைக் கொன்று அரசைக் கவர்ந்த கட்டியங்காரனை எதிர்க்கப் புறப்பட்டான். ஆயின் அச்சணந்தி ஆசிரியர் அவன் சீற்றத்தைத் தணித்தார். ஓராண்டு கழிவதன் முன்

கட்டியங்காரனை எதிர்ப்பதில்லை என்னும் உறுதி மொழியை அவனிடமிருந்து பெற்றார்.

பின்னர் சீவகன் ஆயர் தம் ஆனிரையைக் கவர்ந்து சென்ற வேட்டுவரை எதிர்த்து ஆனிரையை மீட்டான். அதை அறிந்த ஆயர் தலைவன் நந்தகோன் தன் மகள் கோவிந்தையைச் சீவகனுக்குக் கொடுத்தான். சீவகன் அவளைத் தன் தோழன் பதுமுகனுக்கு மணம் புரிவித்தான்.

அதன் பின்னர் காந்தருவதத்தை, குணமாலை, பதுமை, கேமசரி, கனகமாலை, விமலை. சுரமஞ்சரி, இலக்கணை என்னும் எட்டு மங்கையரை ஒருவர் பின் ஒருவராக மணந்து கொண்டான். தன் மாமன் கோவிந்தராசன் துணைகொண்டு கட்டியங்காரனை வென்று தன் அரசை மீட்டான்.

சீவகன் தன் மனைவியர் எண்மருடன் கூடி மகிழ்வுற்று இனிதாக அரசாண்டான். பிறகு அவன் உலகின் நிலையாமையை அறிந்து தன் மகன் சச்சந்தனுக்கு அரசாட்சியை அளித்துத் துறவு பூண்டு வீடு பெற்றான்.

இரு பேருண்மைகள்

சீவகன் ஏந்திழையர் எண்மரைக் காதலித்து மணந்து கொண்ட வரலாறு இக்காவியத்தின் தனிச் சிறப்பு. இவ்வரலாற்றின் மூலம் திருத்தக்க தேவர் இரண்டு பெரிய உண்மைகளை உலகுக்கு உணர்த்துகின்றார். இவ்வுலக இன்பத்தை நிறைபடத் துய்த்தால் அன்றி மக்கள் மனம் பண்படாது என்பது ஒன்று. எனினும் அவ் இன்பத்திலேயே ஆழ்ந்துவிடல் ஆகாது என்பது மற்றொன்று, இவையே இக்காப்பியத்தின் அடிப்படைக் கருத்துகளாகும்.

திருத்தக்க தேவர் தம் காவியமாகிய சீவக சிந்தாமணியில் பண்பு நலம் வாய்ந்த மக்கள் பலரைப் படைத்திருக்கின்றார்.

1. காமக் களிப்பால் மூழ்கி அழிந்த சச்சந்தன்.
2. கயமையால் அரசனைக் கொன்று அரசைக் கைப்பற்றிய கட்டியங்காரன்.
3. காதல், வீரம், கலை முதலியவற்றால் சிறந்து விளங்கும் சீவகன்.
4. அவனை ஆளாக்கிய வணிக வள்ளல் கந்துக்கடன்.
5. சீவகன் பால் நட்புரிமை பூண்ட நந்தட்டன்.
6. கணவனை இழந்து துறவு பூண்ட விசயை.
7. சீவகன்பால் காதல் பூண்டு அவனைக் கணவனாகப் பெற்ற எழில் நங்கையர் எண்மர், முதலியோர் தேவரின் படைப்புகள் ஆவர். இவர்கள் வாயிலாகத் தேவர் உலக இயல்பை விளக்குகின்றார். உலகம் உய்யும் ஆற்றையும் தெளிவுபடுத்துகிறார்.

சச்சந்தன்

சீவக சிந்தாமணியில் பாட்டுடைத் தலைவன் சீவகன் அவனுடைய தந்தை சச்சந்தன். அவன் சிறந்த பண்புகள் பல வாய்க்கப் பெற்றவன். பகைவர்கட்கு நஞ்சு போன்றவன். அன்பர்கட்கு அமிழ்தம் போன்றவன். தன் ஆட்சியின் கீழ் வாழ்ந்த உயிர்கட்கு ஒப்பற்ற தந்தையாக விளங்கினான்.

உலகை அருளுடன் ஆட்சி செய்ததால் தருமன் என்றும், வறியோர்க்கு வரையாது வழங்கியதால் வருணன் என்றும், கூடாரை அழித்தமையால் கூற்றுவன் என்றும், கலையறிவு நிறைந்தமையால் அருகக் கடவுள் என்றும், மகளிரின் மனத்தைக் கவரும் அழகுடைமையால் மன்மதன் என்றும் அவனைத் திருத்தக்க தேவர் சிறப்பிக்கின்றார்.

ஆயினும் சச்சந்தன் ஒரு தவறு இழைத்தான். தன் மனைவி விசயைபால் தணியாத காதல் கொண்டு கணமும்

பிரியாமல் அவளுடன் இன்ப வெள்ளத்தில் மூழ்கினான். அதனால் அவன் தன் அரசாட்சிக் கடமையை மறந்தான். ஆட்சிப் பொறுப்பைத் தன் அமைச்சன் கட்டியங்காரனிடம் அளித்தான்.

சச்சந்தனின் மனைவி மூன்று கனவுகளைக் கண்டாள். அவற்றுள் முதற்கனவே அவன் அழிவை உணர்த்துவதாகும். அரசன் இக்கனவின் பொருளை உணர்ந்தான். இதன் பொருளை உணர்ந்த விசயை மிகச் சோர்வுற்று நிலத்தே வீழ்ந்தாள். அதனால் அவன் ஒரு மயிற்பொறியை அமைக்கும்படி ஆணையிட்டான். தன் ஆருயிர் மனைவி அப்பொறியால் உயிர் பிழைப்பாள் என்று அவன் கருதினான். அவன் தன்னைப் பற்றிக் கருதவில்லை.

கட்டியங்காரன் இறுதியில் காவலனைக் கொல்லக் கருதினான். நால்வகைப் படையுடன் கோட்டையை வளைத்துக் கொண்டான். இது அச்சம் விளைவிப்பதாகும். வாயில் காவலன் கட்டியங்காரனது கயமைச் செயலைச் சச்சந்தனுக்கு அறிவித்தான். அரசன் தன் தவற்றினை உணர்ந்தான். அவன் மானமுடைய மன்னன். நேர்மையும், வீரமும் ஆண்மையும் அவனைத் தப்பவிடாமல் தடுத்தன. எனவே அவன் தன் மனைவியை மயில் பொறியில் ஏற்றி அனுப்பினான், கட்டியங்காரனையும் அவன் சேனையையும் தான் ஒருவனே எதிர்த்து நின்று வீரத்துடன் போரிட்டான். மாண்புடைய அம்மன்னன் முடிவில் மாண்டான். அதை நினைக்குந்தோறும் நம்நெஞ்சில் ஆற்றொணாத் துன்பம் உண்டாகிறது.

விசயை

இக் காப்பியத்துள் காணப்படும் நன்மக்களுள் சச்சந்தன் மனைவியாகிய விசயை மாதேவியும் ஒருத்தி. அவள் காப்பியத் தலைவனாகிய சீவகனின் நற்றாய் ஆவாள். நங்கை நல்லாருள் பேரழகும், பேரறிவும் வாய்க்கப் பெற்றவள்.

அவள் இளமையிலேயே தன் கணவனை இழக்க நேர்ந்தது. அதன் பின் அத்தேவி கடுந்துறவை மேற் கொண்டாள்.

விசயை சென்ற மயிற்பொறி ஒரு சுடுகாட்டில் இறங்கிற்று. அங்கே அவள் ஓர் ஆண் மகவைப் பெற்றாள். மாளிகையில் பிறக்க வேண்டிய தன் மகன் சுடுகாட்டில் பிறக்க நேர்ந்ததை எண்ணி மனம் வருந்தினாள்.

அப்போது ஒரு தெய்வம் தேவியின் தோழியாகிய சம்பகமாலையின் வடிவுடன் அவளை அணுகி ஆறுதல் கூறிற்று. கந்துக்கடன் என்னும் வணிகன் தன் இறந்த குழந்தையைச் சுடுகாட்டில் இடும் பொருட்டு அப்பொழுது அங்கே வந்தான். அதைக் கண்ட தேவியும் தெய்வமும் ஓரிடத்தில் மறைந்து கொண்டனர். கந்துக்கடன் குழந்தையைக் கண்டான். தன் குழந்தையை இடுகாட்டில் புதைத்து, அங்கிருந்த குழந்தையுடன் தன் மனைவியிடம் வந்தான்.

தான் ஈன்றெடுத்த அருமைக் குழந்தையை அயலான் ஒருவன் எடுத்துச் செல்வதைக் கண்டு தேவி அழுது நிலத்தில் விழுந்தாள். தெய்வம் குழந்தைக்கு வரப்போகும் நற்பேறுகளைக் கூறி ஆறுதல் கூறிற்று. பின்னர் தேவி தண்டகாரணியத்தில் உள்ள தாபதப் பள்ளியை நோக்கி நடந்தாள். வழிப் பயணத்தில் பல துன்பங்களை அனுபவித்தாள்.

பின்பு தேவி மாதவர் தவம் செய்யும் தவப்பள்ளியை அடைந்தாள். மாதவ மகளிர் அவளை அன்புடன் வரவேற்றனர். தேவி, தன் எல்லா அணிகலன்களையும் நீக்கினாள். அவள் தன் சிறுவன் உயர்க என்று கூறிக் காவிப் புடவையை உடுத்தாள். இலை உணவை உண்டு வனத்தில் வாழும் தெய்வம் போல விளங்கினாள்.

தேவி தன் சிறுவனைப் பற்றிய நினைவு வந்ததும் தோழி உருவில் இருந்த தெய்வத்தை அவனைப் பற்றி அறிந்து வரும்படி அனுப்பினாள். ஆவலோடு அல்லும் பகலும் அவன் வருகையை எதிர்பார்த்திருந்தாள். இவ்வாறு பல நாட்கள் கழிந்தன. விசயையின் இத்துறவு உலகத்து மாந்தரை உளமுருகச் செய்து, அவர்கட்கு நல்லறிவு ஊட்டுவதோர் அரிய படிப்பினையாகும்.

சீவகன்

சீவகன் தான் மணந்த எண்மரையும் நெஞ்சாரக் காதலித்தான். உண்மையான காதற்பெருக்குச் சீவகன் உள்ளத்தை நன்கு பண்படுத்தியது. அவன் தந்தை காமத்தில் மூழ்கிக் கடமையை மறந்து அழிந்த வரலாறு அவன் நெஞ்சை விட்டு அகலவில்லை. அதனால் தான் காமத்திற்கு இரையாதல் கூடாது என்பதும், கடமையினின்றும் தவறுதல் ஆகாது என்பதும் சீவகன் உள்ளத்தில் நிலையாக குடிகொண்டன.

சீவகன் நந்தக்கோன் மகளைத் தன் நண்பன் பதுமுகனுக்கு மணம் முடித்தது, தான் காமத்தில் சிக்குதல் கூடாது என்னும் கருத்தால் ஆகும். கட்டழகு வாய்ந்த தேசிகப் பாவையின் ஆடலைக் கண்ட பொழுதும் அவள் சீவகன்பால் காதற்பெருக்கு உடையவள் ஆனபோதும் சீவகன் அவள்பால் தன் சிந்தையை இழக்கவில்லை.

சீவகன் தன்னுடைய இன்ப நுகர்ச்சியால் உள்ளப் பண்பாடு பெற்று விளங்கினான். அவன் காமத்தில் ஆழ்ந்துவிடாத கடமை வீரன். இந்நூல் காதல் சுவை நிரம்பிய காப்பியம் ஆயினும், காமத்தைக் கடியும் கடமையைப் போற்றும் ஒரு தனித்தமிழ் பெருங்காப்பியமாக விளங்குகிறது.

எண்மரை மணந்த இணையிலா வீரன்

காந்தருவதத்தை

சீவகன் ஒவ்வொரு நங்கையையும் தானே வலிந்து சென்று காதலிக்கவில்லை. காந்தருவதத்தையை யாழிசையில் வெல்பவரே அவளை மணத்திற்கு உரியவர் என அறிவிக்கப் பட்டது. சீவகன் தன் யாழ்நூல் புலமையைத் தோற்றுவிக்க எண்ணி அவளுடன் போட்டியிட்டு வென்றான். காந்தருவதத்தை அவனுக்கு மாலையிட்டாள்.

குணமாலை

அசனிவேகம் என்னும் பட்டத்து யானை செருக்குற்றுக் குணமாலையைக் கொல்லத் தொடங்கியது. சீவகன் அதன் செருக்கை அடக்கிக் குணமாலையைக் காத்தான். அவள் அவன்பால் காதல் கொண்டு கிளியைத் தூது அனுப்பினாள். அவனும் அவளை காலித்து மணந்தான். ஆசிரியர் திருத்தக்க தேவர் தம் காவியத்தில் குணமாலையை அரியதோர் படைப்பாகப் படைத்துள்ளார். அப்படைப்பின் மூலமாக உலகத்தவர்க்கு உண்மையான நட்பின் திறத்தினையும், தலையாய காதலின் தன்மையையும், அன்பும், அமைதியும் அமைந்து விளங்கும் பெண்மையின் பெருமையையும் உணர்த்துகின்றார்.

பதுமை

பாம்பினால் கடியுண்ட பதுமையை விடத்தைப் போக்கிப் பாதுகாத்தான் சீவகன். அவள் தன் காதல் நோக்கால் அவனைக் கவர்ந்தாள். சீவகன் அவளை மணந்தான்.

கேமசரி

'கேமசரி எவனைக் கண்டு நாணுகின்றாளோ அவனே அவளுக்குக் கணவன்' எனச் சாதகர் கூறியிருந்தனர். அவள் சீவகனைக் கண்டதும் நாணமுற்று அவன் மீது காதல் கொண்டாள். அவள் தந்தை சுபத்திரன் அவளைச் சீவகனுக்கு மணம் புரிவித்தான்.

கனகமாலை

சீவகன் ஏமமாபுரத்து அரசன் தடமித்தன் புதல்வர் ஐவருக்கும் விற்கலை கற்பித்தான். அவ்வரசன் மகிழ்ச்சி யுற்றுத் தன் மகள் கனகமாலையைச் சீவகனுக்கு மணம் செய்து கொடுத்தான்.

விமலை

சாகரதத்தன் என்கிற வணிகனின் பண்டங்கள் பல நாட்கள் விலையாகாமல் இருந்தன. சாதகர், 'நின்மகள் விமலைக்கு உரிய கணவன் உன் கடையில் வந்து தங்கும் போது பண்டங்கள் எல்லாம் விலையாகும்' என்றனர். சீவகன் அவன் கடைக்கு வந்ததும் எல்லாப் பண்டங்களும் விலையாயின. வணிகன் மகிழ்ச்சியுற்று விமலையைச் சீவகனுக்குத் தந்தான்.

சுரமஞ்சரியின் மணம்

புத்திசேனன், 'ஆடவரைப் பார்ப்பதில்லை' என்று சபதம் செய்திருக்கும் சுரமஞ்சரியை, 'நீ மயக்கின் உன்னைக் காமதிலகன் என்பேன்' என்று சீவகனிடம் கூறினான். அதனால் சீவகன் கிழ வடிவம் தாங்கிச்சென்று சுரமஞ்சரியை மயக்கி அவளை மணந்தான். சுரமஞ்சரியை ஏனைய நல்லிசை மெல்லியலாரினும் தனிப்பட்ட பண்பும், நீர்மையும் உடையவளாகப் படைத்திருக்கின்றார்.

இலக்கணை

சீவகனின் மாமன் கோவிந்தராசன் தானே மிக விரும்பித் தன் மகள் இலக்கணையைச் சீவகனுக்கு மணம் புரிவித்தான்.

இவ்வாறு சீவகன் மங்கையர் எண்மரை மணந்தவன் ஆயினும், காதலுக்கு இரையாகாமல் தன் கடமையை ஆற்றிய பெரு வீரனாகத் திகழ்கின்றான்.

சீவகன் துறவு

சீவகன் தன் ஆட்சிக் காலத்தில் தம் மனைவியருடன் ஒரு நாள் சோலைவனம் காணச் சென்றான். அங்கு ஓர் ஆண் குரங்கு, பெண் குரங்கை மகிழ்விப்பதற்குப் பலாப்பழம் ஒன்றைப் பறித்து அதனிடம் கொடுத்தது. சோலையின் காவலன் விரைந்து சென்று அதை ஓட்டிவிட்டு அக்கனியைக் கவர்ந்தான். உண்டு மகிழ்ந்தான். அக்காட்சியைக் கண்ட சீவகனுக்கு மெய்யுணர்வு பிறந்தது.

அச்சோலைக் காவலன், கட்டியங்காரனைக் கொன்று அரசை அடைந்த தன்னை ஒத்தனன் என்றும், கைப்பழம் இழந்த மந்தி அரசை இழந்த கட்டியங்காரனை ஒத்தது என்றும், வலியான் மெலியானிடமிருந்து கவர்ந்து நுகர்தற் குரிய செல்வம் நிலையற்றது என்றும் அவன் உணர்ந்தான்.

உடனே அவன் துறவறத்தை மேற்கொண்டான். இச்சிறு காட்சி எவ்வாறு சீவகனின் அகக் கண்ணைத் திறந்தது என்பது ஈண்டுக் கருதற்பாலது. இவ் உலகியலில் பழுத்த நுகர்ச்சியால் அவனது உள்ளம் பக்குவ நிலையை அடைந்திருந்தது. சோலையில் இக்காட்சியைக் கண்டதும் அவனுக்கு இவ்வுலக இன்பத்தின் சிறுமையும், முத்தியின் பெருமையும் நன்கு புலனாயின. எனவே அவன் உலகியலைத் துறந்து துறவறத்தை மேற்கொண்டான்.

ஏமாங்கத நாட்டின் நீர்வளம், நிலவளம், வாணிகவளம், இசை நிரம்பிய பிற இயற்கை வளங்கள் ஆகியவற்றைப் பற்றிக் கூறியுள்ளார். அந்நாடு எல்லோர்க்கும் இசைந்த நாடாக - மக்கள் உரிமையால் மலர்ந்த நாடாக - நாகரிக நாடாக விளங்கிய தன்மையை ஆசிரியர் விளக்கியுள்ளார். அதே போன்று அந்நாட்டின் தலைநகரான இராசமாபுரத்தின் தோற்றம், அதன் கடைநகர், இடை நகர் ஆகியவற்றின் சிறப்பு, அகழியின் தன்மை, மதிலின் பெருமை, உள் நகர் வீதிகளின் தன்மை, மனைகளின் செல்வப்பொழிவு, மக்களின் இன்பச் சிறப்பு முதலிய இன்னோரன்ன சிறப்புகள் விளக்கப்பட்டுள்ளன. அக்கால நகரங்களின் அமைப்பையும், வாழ்க்கை முறையையும் ஆசிரியர் திருத்தக்க தேவர் காட்டியுள்ள திறம் போற்றுதற்குரியது.

இராசமாபுரத்து மன்னனின் அரண்மனைச் சிறப்பு, அதன் அகழி மதில் ஆகியவற்றின் இயல்பு, பூம்பொழிலின் பொலிவு, இளையர் பந்தாட்டம், அரசனைக் காக்கும் அரண்மனைப் படைகள், அங்குள்ள நாடக சாலை, இறைவன் கோயில் ஆகியவை பற்றியும், மாளிகை எழிலுற அமைந்து வேந்தனுக்கு விருந்தாகும் தன்மையும் விளக்கப்பட்டுள்ளன. இவற்றால் அக்கால அரசர்களின் அரண்மனை அமைப்பு பற்றியும், அவர் தம் வாழ்வு பற்றியும் ஒருவாறு உணர முடிகிறது.

திருவள்ளுவரும், திருத்தக்கதேவரும் ஒத்த கருத்துடைய வர்கள். தேவர் தாம் இயற்றிய சிந்தாமணியுள் தமக்கு முன் வாழ்ந்த வள்ளுவப் பெருந்தகையின் தெய்வத் திருக்குறள் கருத்துகளை ஆங்காங்கே பல இடங்களிலும் எடுத்தாண் டுள்ளார். இவ்விரு பெரு நூல்களையும் நன்கு கற்றுப் பயன் பெறுவோமாக.

யாழ் வென்றி

முன்னுரை

சீவகன் இராசமாபுரத்தில் கந்துக்கடன் என்னும் வணிகன் வீட்டில் வளர்ந்து கலைகள் எல்லாவற்றிலும் வல்லவனாக விளங்கினான். அப்போது வித்தியாதர வேந்தனாகிய கலுழவேகன் என்பவன் தன் மகளாகிய காந்தருவ தத்தையை இராசமாபுரத்து வணிகன் சீதத்தன் வயம் ஒப்படைத்தான். அவளை அவன் நகர்க்கு அழைத்துச் சென்று யாழ் போட்டியில் அவளை வெல்பவர்க்கு மணம் செய்து கொடுக்குமாறு வேண்டினான். சீவகன் அப்போட்டியில் பங்குகொண்டு அவளை வென்று மணந்தான். அவ் வரலாற்றைக் காண்போம்.

கலுழவேகன்

வெள்ளி மலையில் வித்தியாதர மன்னன் ஒருவன் ஆட்சி புரிந்து வந்தான். அவன் பெயர் கலுழவேகன். அவன் தன் மகள் காந்தருவதத்தைக்கு இராசமாபுரத்தில் திருமணம் நிகழும் என்பதைச் சோதிடரிடம் கேட்டு அறிந்தான்.

அது சமயம் இராசமாபுரத்து வணிகனாகிய ஸ்ரீதத்தன் ஒரு தீவில் சென்று பெரும் பொருள் ஈட்டி வீடு திரும்ப எண்ணினான். தன் நண்பர்களுடன் மரக்கலம் ஊர்ந்து கடலில் சென்று கொண்டிருந்தான். அதைக் கலுழ வேகன் கண்டு, அவனை அழைத்து வரும்படி தன்னிடத்திலுள்ள தரன் என்னும் வித்தியாதரனை அனுப்பினான்.

அத்தரன் சென்று மக்களுடன் கப்பல் மூழ்கியது போல, தன் வித்தை மகிமையால் ஸ்ரீ தத்தனுக்குத் தோற்றுவித்தான். **ஸ்ரீ தத்தன் அக்கப்பலினின்றும் முறிந்து விழுந்த** ஒரு

மரக்கட்டையைப் பற்றிக் கொண்டு, மெல்ல நீந்திச் சென்று கரையை அடைந்தான். என்ன செய்வதென்று தோன்றாமல் வருந்தியிருந்தான்.

அப்பொழுது தரன் ஒரு வழிப்போக்கன் போல அவனைச் சந்தித்து ஆறுதல் கூறினான். அவனை அழைத்துக் கொண்டு மன்னனிடம் சென்றான். கலுழவேகன் ஸ்ரீதத்தனுக்குச் சிறந்த உபசாரங்களைச் செய்து அளவளாவினான். பின்னர் காந்தருவதத்தையின் வரலாற்றைக் கூறினான். அவளை வீணாபதி என்னும் தோழியுடன் அவனிடம் ஒப்புவித்துப் பல பொருள்களும் உதவி, அவனை நோக்கி, ''இசையில் இவளை வெல்வான் யாவனோ அவனுக்கு இவளைத் திருமணம் செய்து தருக'' என்று சொல்லி விடுத்தான்.

சீதத்தன் அவளோடு புறப்பட்டு விமானம் ஊர்ந்து சென்றான். பரிசனங்களுடன் முழுகிப்போனதாகத் தான் முன்னம் கருதிய கப்பலைத் தான் காட்டக்கண்டு உவப்புற்றான். நண்பர்களுடன் இராசமாபுரம் சென்று தன் மனைவி பதுமையிடம் நிகழ்ந்தவற்றைக் கூறினான். காந்தருவதத்தையைக் கன்னி மாடத்தில் இருக்கச் செய்தான். கட்டியங்காரனிடம் இதைத் தெரிவித்து, அவனுடைய உடன்பாட்டையும் பெற்றுக் கொண்டான்.

மணிமண்டபம்

யாழ்ப் போட்டியை நிகழ்த்துவதற்கு அழகிய மணி மண்டபம் ஒன்றை நிர்மாணம் செய்தான். ''இக் காந்தருவதத்தையை வீணையில் வெல்வோரே இவளை மணம் செய்தற்கு உரியர்'' என்று பிரசித்தம் செய்தான். அதை அறிந்து பல தேசத்தாரும் அவ்விடத்து வந்து கூடினார்கள்.

பின்பு சீதத்தன் காந்தருவதத்தையை அழைத்து வந்து மணிமண்டபத்தில் இருத்தி அவளை யாழ் வாசிக்கச்

செய்தான். அது கேட்ட பலரும் ஆச்சரியமுற்றனர். முதல் மூன்று வருணத்தாருள் இசையில் வல்ல ஒவ்வொருவரும் தனித்தனியே வந்து பாடியும், யாழ் வாசித்தும் அவளை வெல்லும் வல்லமை இலராய்த் தோல்வியுற்றனர். இவ்வாறு ஆறு நாட்கள் சென்றன.

சீவகன் போட்டியிட முடிவு

கடைசியாக சீவகன் தத்தையுடன் போட்டியிட முடிவு செய்தான். தன் தோழன் புத்திசேனனை அனுப்பித் தன் தந்தையாகிய கந்துக்கடனின் இசைவு பெற்றுவரக் கூறினான். அனங்கமாலை என்னும் நாடக மாது நிமித்தம் சீவகனிடத்துக் கட்டியங்காரனுக்கு மிக்க சினம் உண்டாகியிருத்தலை நாகமலை என்னும் தோழியின் மூலம் கந்துக்கடன் அறிந்திருந்தான். ஆகவே அவன் புத்திசேனனை நோக்கி, ''படையமைத்து அவ்விடம் செல்க'' என்று சொல்லி அனுப்பினான்.

புத்திசேனன் திரும்பி வந்து சீவகனிடம் நடந்ததைக் கூறினான். சீவகன், ''நமக்குத் தீங்கு ஒன்றும் நேராது; போவோம்'' என்றனன். அவனுடைய தோழர்கள் புலித்திரள் போலச் சூழ்ந்து கொண்டார்கள்.

சீவகன் தன்னை அழகுற அலங்கரித்துக் கொண்டான். அவன் காமனைப் போல எழிலுடன் விளங்கினான். அவன் தலை மயிருக்கு அகிற்புகை ஊட்டினான். மாலை சூட்டினான். ஓர் ஓலையை ஒரு காதுக்கு அணிந்தான். ஒரு குழையை மற்றொரு காதுக்கு அணிந்தான். சந்தனக் குழம்பை மார்பில் பூசினான். வலம்புரி முத்தின் மாலையை மார்பில் அணிந்தான். நுரை போன்ற ஆடையை அழகுற உடுத்தான். உடைவாளைக் கச்சில் கோத்து வெற்றி விளங்கக் கட்டினான். அவன் மகளிர் விரும்பும் வடிவினனாய் தோழர்களும் தங்களை அழகுற அலங்கரித்துக் கொண்டனர்.

சீவகன் அஞ்சனக் குன்று போன்ற யானையின் மீது ஏறினான். படையினர் அவனைச் சூழ்ந்து சென்றனர். சங்குகள் முழங்கின. அவன் யாழ் மண்டபத்தை அணுகினான். நங்கையர் அவன் அழகில் ஈடுபட்டு நின்றனர். சீவகனின் தோற்றப் பொலிவைக் கண்டு கட்டியங்காரன் பொறாமையால் உள்ளம் புழுங்கினான். சீவகன் யானையினின்றும் இறங்கினான். இசை மண்டபத்தை அடைந்து புதிய மெல்லணையின் மேல் அமர்ந்தான். உதயசூரியன் போல் காட்சி அளித்தான்.

தோற்றப் பொலிவு

சீவகன் மன்மதன் போல வீற்றிருந்தான். மங்கையர் அவனைக் கண்டு மகிழ்ந்தனர். காந்தருவதத்தைக்கு ஏற்ற காதலன் என்று தோழியர் கருதினர். காந்தருவதத்தை அவனைக் கண்டு நிறையழிந்தாள். காம வேட்கை மிகுந்தது. அவனை எப்போது அடைவோம் என்று ஏங்கினாள். ''இவன் தேவனோ! மானிடனோ! என் நிறையாகிய கதவை நீக்கி நெஞ்சமாகிய கன்னிமாடம் புகுந்து என்னை வருத்து கின்றான்,'' என்று கூறினாள். பின்பு வேல் எய்யப் பெற்ற பெண் மான் போல மயங்கிப் பெருமூச்சுவிட்டு தன் தோழி வீணாபதியைத் தழுவினாள். அதன் பின் சீவகனுக்கு இனிய யாழைக் கொடுக்கும்படி தன் தோழிக்குக் கூறினாள்.

யாழ் ஆய்வு

வீணாபதி தத்தையின் ஆணைப்படி உயர்ந்த வீணையை வைத்துக்கொண்டு வேறு பல வீணைகளைச் சீவகனிடம் கொடுத்தாள். அவன் வீணைகளைப் பரிசோதித்துப் பார்த்தான். நரம்புகளை மீட்டினான். அவ்வொலி வண்டு ஆர்த்தது போல இருந்தது. வீணைகளின் ஒலியை ஓர்ந்து அவற்றின் குறைபாடுகளை அவன் வீணாபதிக்குக் கூறினான். ''இம்மரம் நீரில் நின்று மெலிந்தது. இது அழுகிய மரம்;

இந்த மரம் புண் உற்றது; இது இடியேறுண்டது. இது சிறப்பில்லாதது. இது உழவரால் சுடப்பட்ட மரம். இது களிற்றால் முறிக்கப்பட்டது.'' என்று ஒவ்வொன்றாகப் பரிசோதித்துப் பார்த்து அவற்றை விலக்கிவிட்டான்.

முடிவில் வீணாபதி நல் யாழைக் கொடுத்தாள். சீவகன் அதை ஆராய்ந்து, ''காந்தருவதத்தையின் நலம் போல இந்த யாழ் உயர்ந்தது'' என்றான். பிறகு அவ்யாழின் நரம்பின் தீமையை நெடுநேரம் ஆராய்ந்து, காந்தருவத்தை காணுமாறு நரம்பின் முறுக்கை உடைத்து அதில் கிடந்த மயிரைக் காட்டினான். அவையோர், ''தத்தை இனி இச் செல்வனுக்குத் தோற்றனள்'' என்றனர்.

இசை விருந்து

பின்னர், சீவகன் தன் தம்பியாகிய நபிலனிடமிருந்து நல்ல நரம்பை வாங்கிக் கொண்டான். பின்பு யாழை மீட்டிச் செம்பாலைப் பண்ணை அதன்கண் இசைத்தான். அவன் தன் விரலால் யாழில் இசைக்கும் அப்பாடலை அவனுடைய வாய்ப்பாட்டு என்று மயங்கி, அதன் இனிமையில் தேவரும், மக்களும் உருகினர். மரமும், கல்லும் உருகின. யாழ் இசைக்கு ஏற்ப அவன் ஆலாபனம் செய்து பாடலானான். இசை விருந்து இனிமையாக இருந்தது.

கன்னி நாகம் கலங்க மயங்கி
மின்னும் இரங்கும் மழை என் கோயான்
மின்னு மழையின் மெலியும் அரிவை
பொன்னாண் பொருத முலைஎன் கோயான் 724

கருவி வானம் கான்ற புயலின்
அருவி அரற்றும் மலையென் கோயான்
அருவி அரற்றும் அலைகண் டழுங்கும்
மருவார் சாயல் மணமென் கோயான் 725

வான மீனின் அரும்பி மலர்ந்து
கானம் பூத்த காரென் கோயான்
கானம் பூத்த கார்கண் டழுங்கும்
தேனார் கோதை பரிந்தென் கோயான் 726

இவை மூன்றும் ஒரு தொடர். இம்மூன்று கவியும் குளிர்ப் பருவம் குறித்துப் பிரியக் கருதிய தலைவற்குத் தோழி அதற்கு முன் நிகழ்கின்ற காரின் தன்மையும், அது தலைவியை வருத்தும் தன்மையும் யான் கூற வேண்டுமோ? நீயே அறிதியன்றோ எனக் கூறிச் செலவு அமுங்குவித்தன ஆக்குக.

பாடல்களின் பொருள் வருமாறு:

1. யான் கன்னியாகிய பாம்பு மயங்கிக் கலங்கும் படி மழை மின்னா நிற்கும். இரங்கா நிற்கும் என்கோ? யான் முலையையுடைய அரிவை. அம்மழையால் மெலியும் என்கோ? என்க.

2. யான் புயலால் அருவி அரற்றும் மலையென்கோ, யான் அதனைக் கண்டு மருவுதல் நிறைந்த சாயல் மனம் அழங்கும் என்கோ என்க.

3. யான் காரினில் கானம் பூத்தன என்கோ, யான் அதைக் கண்டு கோதை போல் வாள் பரிந்து அழுங்கும் என்கோ என்க.

இத்தாழிசைக் கொச்சக ஒரு போகுகள் கந்தருவ மார்க்கத்தான் இடைமடக்கின.

அவன் யாழ் இசைத்த திறத்தையும், பாடிய வனப்பையும் நோக்கிக் கின்னரர் தம் வீணையைக் கைவிட்டனர். வித்தியாதரர் நெஞ்சுருகி மெய் சோர்ந்தனர். மண்ணுலகோர் அறிவு மயங்கினர். முனிவர்கள் அவ்விசையைப் பேரின்பமாகக் கொண்டு திளைத்தனர். சீவகனின் யாழிசையும், மிடற்றிசையும் ஒன்றான தன்மையை நோக்கிக் கின்னரர்

மேனி வாடினர். சீவகன் பாடலை மாந்தி விண்ணவர் வியந் தனர். வித்தியாதரர் விரும்பிப் போற்றினர். மன்னவர் மகிழ்ந் தனர். மன்னவர் வரையப் பட்ட பாலை போல ஆயினர்.

மங்கையின் மதுர கீதம்

'பருந்தும், நிழலும் போலக் கண்டப் பாடலும், யாழ்ப்பாடலும் சீவகனுக்கு விருந்தாகச் சேர்ந்தன' என்று காந்தருவதத்தை எண்ணினாள். அவனைத் தன்னால் வெல்ல முடியாது என உணர்ந்தாள். தன் குண்டலமும் பொன் தோடும் காதில் ஒளிர, அழகிய நுதல் வியர்க்க அவள் மாமதுரகீதம் பாடத் தொடங்கினாள்.

இலையார் எரிமணிப்பூண் ஏந்து முலையும்
சிலையார் திருநுதலும் செம்பசலை மூழ்க
மலையார் இலங்கருவி வாள்போல மின்னும்
கலையார் தீஞ்சொல்லினாய் காணார்கொல் கேள்வர். 732

பிறையார் திருநுதலும் பேரமர்உண் கண்ணும்
பொறையார் வனமுலையும் பூம்பசலை மூழ்க
நிறைவாள் இலங்கருவி நீள்வரைமேல் மின்னும்
கறைவேல் உண்கண்ணினாய் காணார்கொல் கேள்வர் 733

அரும்பேர் வனமுலையும் ஆடமைமென் தோளும்
திருத்தேர் பிறை நுதலும் செம்பாலை மூழ்க
நெருங்கார் மணியருவி நீள்வரைமேல் மின்னும்
கரும்பார் தீஞ்சொல்லினாய் காணார்கொல் கேள்வர் 734

இவை மூன்றும் ஒரு தொடர். இம்மூன்று தாழிசைக் கொச்சமும் இளவேனில் வருகின்றமை கண்டு ஆற்றாளாகிய தலைவலி தோழிக்கு உரைத்தனவாகக் கூறினாள். வேட்கையும் சிறிது புலப்பட்டு நிற்றலின்.

இசைக் கலை நிறைந்த சொல்லினாய்! இலை வடிவம் பொருந்திய அணிகலன்கள் அணியப் பெற்ற மார்பும், வில்

போன்ற அழகிய நுதலும் உண்கண்ணும் மென்தோளும் பசலையில் மூழ்கும்படி வாள் போல் விளங்கும் அருவி மலையில் மின்னும் இதனைக் கணவர் காண மாட்டாரே என்பது அப்பாடல்களின் கருத்து.

அருவி தெளிந்ததெனவே காலம் வேனில் ஆயிற்று. காந்தருவதத்தை பாடிய பாட்டும், யாழும் வேறொரு திறமாயிருந்தன. தத்தையின் மென்விரல் யாழ் நரம்பின் மீது செல்லவில்லை. அவள் யாழை விடுத்துக் கண்டத்தால் பாடினாள். மிடறு நடுங்கிற்று. அதனால் அவள் தோல்வியுற்றாள்.

மாலையிடுதல்

தோல்வியுற்ற காந்தருவதத்தை உளம் நைந்தாள். நிலை தளர்ந்தாள். நாணம் மீதூரப் பெற்றாள். அவள் சிலம்பு அரற்ற, மேகலை ஒளிவீசப் பெடை அன்னம் போல் நடந்து சென்று சீவகன் கழுத்தில் பொன்மாலை இட்டாள். அவள் அவனைத் தொழுது இறைஞ்சி நின்றாள். சீவகன் அவளுடைய பேரழகைப் பருகுவான் போலப் பார்த்தான். அவளைத் திருமகள் எனக் கருதினான். அவள் நாணத்தால் மின்னல் போல நுடங்கி நின்றாள். இதனை உணர்ந்த அவளுடைய தோழியர் திரையை வீழ்த்தினர்.

மன்னனின் அழுக்காறு

அது கண்டு அழுக்காறுற்ற கட்டியங்காரன் மனம் புழுங்கி, அங்கு வந்திருக்கும் அரசர்களை நோக்கிப் பொறாமை விளைத்தற்குரிய சில வார்த்தைகளைக் கூறி, "அரசர்களே! இச் சீவகனை வென்றோனே இக் காந்தருவ தத்தையை மணம் செய்வதற்குரியன்" என்று கூறினான். அரசர் ஒருங்கு திரண்டு வந்து சீவகனோடு போர் செய்து தோல்வியுற்றனர்.

பின்பு சீவகன் காந்தருவதத்தையைத் தன் மனைக்கு அழைத்துச் சென்று ஒரு நன்னாளில் அவளை விதிப்படி மணம் புரிந்து அவளோடு இன்புற்றிருந்தான். வித்தியாதர வேந்தனும் காந்தருவதத்தையின் தந்தையுமாகிய கலுழவேகன் ஆக்கித் தந்த பள்ளியறை கண் கொள்ளாக் காட்சியாக இருந்தது.

பவளத்தால் நாற்புறச் சுவர்கள், இடையிடையே பொன் தூண்கள், அவற்றில் மணிச் சரங்கள், அகிற்புகை சூழ அமைந்த அந்தப் பள்ளியறையில் சிறுபூளை, செம்பஞ்சு, வெண்பஞ்சு, சேணம், உறுதூவி ஆகிய ஐந்தும் கொண் டமைந்த பஞ்சணைகள், விசைப் பொறி அமைந்த திரைச் சீலைகள், மற்றும் பணி மகளிர் இனிய வாசனைப் பொருள் களை ஏந்தி நின்றனர். இன்பம் மணமக்களை இனிதே அழைத்தது.

ஒன்பான் சுவைகள்

நகை, அழுகை, இளிவரல், மருட்கை, அச்சம், உவகை, சாந்தம், வெகுளி, பெருமிதம் என்னும் ஒன்பான் சுவைகளையும் இந்நூலில் ஆங்காங்கே கையாண்டுள்ளார் ஆசிரியர், திருத்தக்க தேவர் முற்றத் துறந்த முனிவரேயா யினும், மாதர்களின் அழகைப் பற்றியும், ஆண் - பெண் உறவைப் பற்றியும் இன்பச் சுவை ததும்ப விளக்கமாகக் கூறியுள்ளார். அதனால் இந்நூலுக்கு 'இன்ப நூல்' என்ற வேறு பெயரும் உண்டு.

ஆராய்ச்சிக் கட்டுரை

சிந்தாமணியில் மக்கள் வாழ்வியல்

முன்னுரை

சீவக சிந்தாமணி என்பது ஒரு தனிப்பெருந் தமிழ்க் காப்பியம். இது பத்தாம் நூற்றாண்டின் முற்பகுதியில்

இயற்றப்பெற்றது என்பர். இதை இயற்றிய திருத்தக்க தேவர் சோழர் குலத்தவர் என்று அறிஞர் கருதுகின்றனர். மகா புராணம் என்னும் வடமொழி நூலில் உள்ள சீவகன் கதையைத் தேவர் தம் காப்பியத்தின் கதையாகக் கொண்டனர் என்பதும் அவ் அறிஞர்கள் துணிபாகும். இவர் வடமொழிக் கதையைத் தழுவியிருப்பினும் இந்நூலின் காணப்படும் அரசியல் முறை, மக்கட் பண்பு, அவர்தம் வாழ்க்கை முறை, பழக்க வழக்கங்கள் முதலிய அனைத்தும் தமிழ் நாட்டிற்கு உரியனவேயாம். அவர் கூறும் ஏமாங்கத நாட்டின் சிறப்பும், அதன் தலை நகராகிய இராசமாபுரத்தின் மேன்மையும், சோழ நாட்டிற்கும் அதன் தலைநகரமாகிய தஞ்சை மாநகர்க்கும் உரியனவாகக் கொள்ளலாம். இத்தகைய சிறப்பையுடைய இக்காவியத்தின் மூலம் அக்கால மக்களின் வாழ்வியல் அமைந்திருந்த விதத்தை இக்கட்டுரையில் காண்போம்:

உழவியல்

ஏமாங்கத நாட்டு மக்களில் பெரும் பகுதியினர் உழவுத் தொழிலை மேற்கொண்டிருந்தனர். அத் தொழிலை மேற்கொண்டவர்கள் வெள்ளக் கணக்கானவர்கள் என்பார் திருத்தக்க தேவர். அந்நாட்டில் பெருமழை பொழிந்து அருவி நீர் ஊர் தோறும் பரவிப் பாய்ந்தது. அந்நீரைப் பல்லாயிரவர் படலிட்டுக் காத்தனர். உழவர்கள் எருமைகளையும், எருதுகளையும் ஏர்களில் பூட்டி நிலங்களை உழுது விதைத்தனர். உழத்தியர் ஆரவாரத்தோடு நாற்றுகளை நட்டனர். உழவர்களின் தளர்ச்சி நீங்க உழத்தியர் மதுவை முகந்து அவர்களுக்கு வார்த்தனர். அவர்களுடைய உழைப்பினால் நெற் பயிர்கள் தழைத்து வளர்ந்து கருமுற்றிக் கதிர்களை ஈன்றன. உழவர்கள் முற்றிய பயிர்களை அரிந்தனர். இளைஞர்கள் அவற்றைச் சுமந்து சென்று போர் போராகக் குவித்தனர். மேலும் உழவர்கள்

வயல்களில் கரும்புகளை விளைத்தனர். முதிர்ந்த கரும்புகளை அவர்கள் ஆலைகளில் இடுவர். சாறு ஆறாகப் பெருகும். பருகிய சாறு போக எஞ்சிய சாறு காய்ச்சப் பெறும்.

வாணிகம்

உழவர்கள் தெங்கு, கமுகு, மா, பலா, வாழை, வெற்றிலை, அவரை, துவரை முதலிய விளை பொருள்களையும் உண்டாக்கி அவற்றை வண்டிகளில் ஏற்றி நாட்டின் பல பகுதிகளுக்கும் அனுப்பினர். அதனால் நாடெங்கும் வளர்ந்தது. பொன்னும் மணியும் கொழித்தன. மக்கள் வாழ்க்கைக்கு வேண்டிய அனைத்தும் பெற்று மகிழ்ந்தனர்.

மாநகர் அமைப்பும், மக்கள் வாழ்க்கையும்

ஏமாங்கத நாட்டின் தலைநகரமாகிய இராசமாபுரம் கண் கவர் பூங்காவால் சூழப்பட்டிருந்தது. அக்காவுள் சந்தன மரங்கள் வானளாவ வளர்ந்திருந்தன. நகரைச் சுற்றி வன்மையான கல் மதில் இருந்தது. மதிலின் மீது பல வகைப் போர்க் கருவிகள். மதிலைச் சூழ்ந்து அகழி இருந்தது. மதிலுக்குப் பக்கத்தில் யானைக் கூடங்கள் நிறைந்திருந்தன. அவையோர் செய்வதற்குரிய களங்களும் காணப்பட்டன.

அந்நகரம் கடைநகர், இடைநகர், உள்நகர் என மூன்று பகுதியாகப் பகுக்கப்பட்டிருந்தது. நகரின் எல்லையைச் சார்ந்த கடைநகரில் யானையின் மருப்பிற்குப் பூண் இடுவோர் வாழும் வீதிகள் இருந்தன. அவர்கள் யானையின் தந்தத்தை அறுத்துக் கூர்மை செய்து அதற்கு வைர வேலைப்பாடு அமைந்த பூண்களை இடுவர். அங்குத் தேர் ஏறும் இடமும், வாள் தொழில் முதலியன பயிலும் இடங்களும் இருந்தன. இடைநகரில் அழகிய மாடங்கள்

அமைந்திருந்தன. பசும் பொன்னால் ஆன அம்மாடங்களின் உச்சியில் நீல மணியால் செய்யப்பட்ட இடங்கள் அமைக்கப்பட்டிருந்தன. நெல்லை உண்ண வரும் கோழிகளின் மீது அந்நகரத்து நங்கையர் தம் காதணிகளை எறிவாராம். அக் காதணிகள் அவ்வீதிகளில் சிறுவர்கள் ஏறிச் செல்லும் பொன் தேரினைத் தடுக்குமாம். இவ்வளவு செல்வச் சிறப்பிற்குரிய அம் மக்கள் காதல் வெள்ளத்தில் மூழ்கிக் களித்தனர்.

உள்நகரில் பரத்தையர் சேரி எத்தகையவரையும் கவரும் வனப்புடைதாய் இருந்தது. கடைகளின் தரையை நாள் தோறும் மெழுகுவர். சந்தனப் புகை, அகிற்புகை இடுவர். தரையின் மீது மலரை இட்டு, தெய்வங்களை வழிபட்டு வெண் சிறு கடுகைச் சிதறுவர். நகை வணிகர் பெட்டிகளிலிருந்து மணி முதலியவற்றை எடுத்துக் குவிப்பர். மக்கள் கடைவீதியில் நெருக்கமாகக் கூடியிருப்பர்.

ஏனைய வீதிகளில் நறுமணப் பொடியும், புழுகும், பனி நீரும், யானையின் மதநீரும், மதுவும் கலந்த சேறு எங்கும் நிறைந்திருக்கும். அங்கு வாழ்ந்த மக்கள் விருந்தோம்பலில் பெருவேட்கை உடையவர். அவர்கள், "சங்கை நுண்ணியதாக அறுத்தாற் போன்ற தூய வெண்ணிறமான அரிசியால் ஆக்கிய சோற்றையும், நெய்யால் சமைத்த கறியையும், முதிர்ந்த தயிரால் அமைந்த துவையலையும் உண்ண விரைந்து வாருங்கள். உண்பவர்களுக்கு அணிகலமும் தருவோம்'' என்று கூறி விருந்தினரை அழைப்பார்கள் அந்நகர மாந்தர்கள். வெள்ளி அடுப்பில் நறைக் கொடியையும், புழுகையும் விறகாக இட்டு எரிந்த அவ்வடுப்பின் மீது பொற்கலத்தை ஏற்றி நெய்யினால் அமுது சமைப்பர். சமைத்த உணவைத் தனித்து உண்ணாமல் விருந்தோடும் உண்பர்.

அரசனின் அரண்மனை

அரசன் அரண்மனையைச் சுற்றி ஆழமான அகழி உண்டு. முதலைகள் நிறைந்த அவ் அகழிக்கு நகர்ப்புறப் பேரகழியிலிருந்து கால்வாய் வழியாக நீர் செல்லும். அக்கால்வாய்கள் எவரும் விழாதபடி மூடப்பட்டிருக்கும். அதனைச் சுருங்கை அல்லது கரந்து படை என்பர். அரண்மனையைச் சார்ந்த பூங்காவில் அரசன் தங்குவதற்கெனப் பள்ளிமாடம் அமைந்திருக்கும். அதனுள் காதல் உணர்ச்சியை மிகுவிக்கும் கண்கவர் சிலைகள் காணப்படும். அரண்மனைக்குள் நடன அரங்கமும், இறைவன் கோயிலும் இருக்கும். நடன அரங்கில் நடன நிகழ்ச்சிகள் இடைவிடாமல் நிகழும். இறைவன் கோயிலில் தோல்வியுற்ற அரசர்களின் மனைவியராகிய காவல் மகளிர் இறைப்பணி செய்வர். அரசன் அரண்மனை எங்கும் நடன ஒலியும், இன்னிசையும், யாழ் ஒலியும், முரசொலியும் நிறைந்திருக்கும்.

தேவர் காலத்துத் திருமணம்

இனி தேவர் காலத்தில் திருமணம் எவ்வாறு நிகழ்ந்தது என்பதைச் சீவகன் பதுமையை மணந்த தன்மையால் அறியலாம். சோதிடன் குறித்த நன்னாளில் மணக்கோயிலில் மங்கை நல்லார் மங்கல வாழ்த்துக் கூறி மணமக்களாகிய சீவகன், பதுமை ஆகியோர் முன் கைகளில் காப்புநாண் கட்டினர். பின்னர் மகளிர் யானைக் கன்றின் எருத்தத்தின் மீது ஏற்றி வந்த நீரால் சீவகனை நீராட்டி, அவனுக்கு ஒப்பனை செய்தார்கள். அவ்வாறே பதுமையையும் அலங்கரித்தார்கள். பின்பு பதுமையின் பெற்றோர் உடனிருந்து அவ்விருவர்க்கும் திருமணம் முடிந்தனர். இச்செய்தியால் அக்காலத் திருமணம் நடைபெறும் முறை அறியப்படுகின்றதன்றோ? இனி மண மகளின் தந்தை மணமகனுக்குத் தன் மகளைத் தருகின்ற போதே சீதனப் பொருளைக் கொடுப்பதும் அக்கால

வழக்கம் என்பதும் அறியப்படுகின்றது. குபேரமித்திரன் குணமாலையைச் சீவகனுக்கு மணமுடித்துக் கொடுத்த பொழுது இளைய மகளிர் எழுநூற்றுவருடன் கோடி செம்பொன்னையும் வேறு சீதனங்களையும் அளித்த செய்தி இந்நூலில் குறிக்கப்படுகின்றது.

குலமுறை

அக்காலத்தில் குலமுறையும் வழக்கில் இருந்தது. சீவகன் ஆனிரையை மீட்டு வந்ததற்காக ஆயர் தலைவன் நந்தகோன் தன் மகள் கோவிந்தையை அவனுக்குத் தந்தான். கோவிந்தை தன்னினும் தாழ்ந்த குலத்துப் பெண் என்று கருதிய சீவகன், அவளைத் தன் தோழன் பதுமுகனுக்கு மணமுடித்தான். ஆனால் சீவகன் வணிககுலப் பெண்களை மணம் புரிந்து கொண்டான். இதனால் தன் குலத்திற்கு அடுத்த குலப் பெண்களைத் திருமணம் செய்து கொள்ளும் வழக்கம் அக்காலத்து இருந்தது என்பதும் புலனாகும்.

கலைப்பயிற்சி

சிந்தாமணிக் காலத்தில் தம் குழந்தைகளுக்கு முதன் முதல் கல்வி தொடங்கும்போது பெற்றோர் ஆசிரியர்க்குச் செல்வத்தைக் காணிக்கையாகத் தந்தனர். சீவகனுக்குக் கல்வி தொடங்கியபோது அவனுடைய வளர்ப்புப் பெற்றோர் ஆசிரியர் அச்சணந்திக்கு குறுணி அளவு பொன்னும், மணியும், முத்தும், பொற்காசும் கொடுத்தனர். பிறப்பு அரிசியும் தந்தனர். சீவகன் பொன் ஓலையில் பொன்னாலாகிய எழுத்தாணி கொண்டு எழுதித் தன் கல்வியைத் தொடங்கினான்.

மக்கள் கல்வியோடு வில், வாள் முதலியவற்றில் பயிற்சியும், பல நுண் கலைகளில் தேர்ச்சியும் பெற்றனர். அக்காலத்தில் குரல் இசையும் யாழ், குழல், முரசு முதலிய

இன்னியங்களின் இன்னிசையும், நடனம், ஓவியம், சிற்பம், முதலிய கலைகளும் நன்கு வளர்ச்சியுற்றிருந்தன. காந்தருவ தத்தையின் யாழ் போட்டி, அனங்கமாலை, தேசிகப்பாவை ஆகியோரின் நடனங்கள், சீவகனது ஓவியத் திறம் முதலியவற்றால் அக்கால நுண்கலைப் பயிற்சியை நன்குணரலாம்.

மகளிர் பந்தாட்டம்

தேவர் நீராடல், ஊசலாடல், கழங்காடல், பந்தாடல் ஆகியவற்றை மகளிர்க்கு உரியனவாகக் குறிப்பிடுகின்றார். அவற்றுள் பந்தாடலின் திறத்தை அவர் தெளிவாகக் காட்டியுள்ளார். மகளிர் பந்தைக் கையால் தொடாமல் காலால் தட்டி எடுப்பர். மாலைக்குள் மறைத்துக் கொள்வர். கையிலே கொண்டு அடிப்பர். நெற்றியிலே நீட்டுவர். ஒரு காலைக்கு ஒரு கால் உயரும்படி அடிப்பர். அரவு போலப் பறந்து உலாவும் படி அடிப்பர். இவ்வாறு படிப்படியாக அடித்து முடிவில் இன்பம் எய்துவார் என்றெல்லாம் அவர் கூறியுள்ளார். விமலையின் பந்தாட்டத்தையும் அவர் சுவையுறக் கூறியுள்ளார்.

இன்பப் பொழுதுபோக்கு

அக்காலத்தில் சுண்ணம் செய்வது இள நங்கையரின் இன்பப் பொழுதுபோக்காக இருந்தது. அன்றியும் உயர்ந்த இடத்திலிருந்து நீர் நிலையில் குதிப்பதும், நீந்துவதும், சிவிறி கொண்டு ஒருவர் மீது ஒருவர் நீர் வீசுவதும் மங்கையர் மகிழ்ந்தாடும் விளையாடல்களாகும். சீவகன் தன் மனைவியர் எண்மரோடு நீரில் குதித்தும், நீந்தியும், சிவிறிகொண்டு நீர் வீசியும் நீர் விளையாடினான் என்று சிந்தாமணி செப்புகின்றது. மலர் கொய்தல், மாலை தொடுத்தல், மலையின்கண் கூவி எதிர் ஒலி கேட்டு இன்புறுதல், மலையருவிகளில் குதித்தல், தம் பாவைகளுக்குத் திருமணம்

செய்தல் முதலியவையும் மங்கையரின் பொழுது போக்குச் செயல்களாக இருந்தன.

ஆடவர் விளையாட்டு

விற்போர், வாட்போர் முதலியவை மக்கட்கு உரிய விளையாட்டுகள் ஆகும். இராசமாபுரத்துக் கடைத் தெருவில் இப்போர்களில் பயிற்சி பெறுவதற்கு உரிய இடங்கள் இருந்தன.

சாதக நம்பிக்கை

அக்காலத்தில் குழந்தை பிறந்தவுடன் சாதகரைக் கொண்டு சாதகம் கேட்பதும், சாதகத்தை ஒட்டித் திருமணம் முடிவு செய்வதும் வழக்கமாக இருந்தது. குணமாலை, சீவகன் ஆகியவர்களின் திருமணத்தின் போது அவ்விருவரின் கோள் பொருத்தங்கள் ஆராயப்பட்டன. சீவகன் - பதுமை திருமணமும் கோள் பொருத்தம் அறிந்த பின்னரே நடைபெற்றது. கேமசரி பிறந்தபோது சாதகர்கள் அவள் பருவம் அடையுங்கால் எந்த ஆடவனைக் கண்டு நாணுகின்றாளோ அவனே அவளுக்குக் கணவனாவான் என்று கூறினர்.

காதல் மணம்

சிந்தாமணிக் காலத்தில் காதல் மணமே பெரும்பாலும் நிகழ்ந்தது. தலைவனும், தலைவியும் முதலில் கண்டு காதல் கொண்ட பின்பு அச்செய்தி பெற்றோர் செவிக்கு எட்டும். இருதிறத்துப் பெற்றோர்களும் பேசி மணம் முடிப்பர். சீவகனின் எல்லா மணமும் இவ்வாறு நிகழ்ந்ததேயாம்.

அணிகலன்கள்

அக்காலத்து மக்கள் பலவகை அணிகலன்களை அணிந்தார்கள். அவை கடகம், குழை, ஆரம் முதலியன. மகளிர் மகர குண்டலம், தோடு, பொன் ஓலை, மணி மகரம், முத்துவடம், குரங்குச் செறி, கிண்கிணி, பாடகம்,

ஐம்பெரும் காப்பியங்கள் ■ 155

சிலம்பு, மோதிரம், பொன்மாலை, மேகலை, வெள்வளை முதலியன அணிந்தனர். அலத்தகக் குழம்பினைப் பெண்டிர் தம் அடி, அகங்கை இதழி, நெற்றி, நகம் ஆகியவற்றிற்குத் தீட்டிக் கொள்வர். பருத்தி நூலாலும், பட்டாலும், எலி மயிராலும், செய்யப் பெற்ற ஆடைகளை மக்கள் அணிந்தனர். போர் வீரர்கள் வட்டுடை என்னும் ஆடையை அணிந்தனர்.

உணவுப் பொருட்கள்

அரிசி, காய் முதலியவற்றை நெய்யும், தயிரும் கலந்து ஆக்கப் பெறும் 'பாலமிர்தம்' என்பது ஒரு வகை சிறந்த உணவு. உணவுக்குப் பின் வெற்றிலைப்பாக்குப் போடும் பழக்கம் அக்காலத்தில் இருந்தது. தேவர் அதை முகவாசம் என்பார்.

சில பழக்கவழக்கங்கள்

தேவர் அக்காலப் பழக்கவழக்கங்கள் சிலவற்றைக் குறிக்கின்றார். ஆடவர்க்குக் கண் இடம் துடித்தால் தீங்கு என்பதும், காக்கை வலம் வருதல் நன்று என்பதும், எரியும் விளக்கைத் தலையில் வைத்து நடக்கச் செய்வதை ஒரு வகைத் தண்டனை என்று கொள்வதும், பாம்பின் கடிக்கு மந்திரம் கூறி விடம் தீர்க்க முயல்வதும், நீல மணிகளின் தன்மையைப் பாலால் அறிந்துகொள்ளும் முறையும் போன்ற பழக்க வழக்கங்களை இக்காலத்தில் ஆங்காங்கே காணலாம்.

முகவுரை

மேற்கூறியவற்றால் சீவக சிந்தாமணிக் காலத்து மக்கள் உழவுத் தொழிலையும், வாணிகத்தையும் ஓம்பினர் என்பதையும் அவர்தம் நகரங்கள் எவ்வாறு அமைந்திருந்தன என்பதனையும் அறிந்து கொண்டோம். அந்நகர மக்கள்

வாழ்ந்த வகையையும், அரசனின் அரண்மனை அமைந் திருந்த விதத்தையும் அறிந்து கொண்டோம். அக்காலத் திருமணம் எவ்வாறு நிகழ்ந்தது என்பதையும் உணர்ந்து கொண்டோம். அம்மக்களின் கலைப்பயிற்சி பற்றியும், மகளிரின் பந்தாட்டம், அவர்கள் பொழுதுபோக்கு ஆகியவை பற்றியும், அக்கால மக்களின் சாதக நம்பிக்கை பற்றியும், அவர்தம் காதல் மணம் பற்றியும் தெரிந்து கொண்டோம். இவை போன்றவற்றால் அக்கால மக்களின் வாழ்வியல் நமக்கு நன்கு புலனாகின்றது.

ஆராய்ச்சிக் கட்டுரை
தேவரின் கற்பனைத் திறன்
முன்னுரை

இலக்கியங்கள் பயனுடைய நூல்களாகும். அவற்றில் தோய்வோரின் உள்ளம் உணர்ச்சி வெள்ளத்தில் ஆழ்கிறது. இலக்கிய இன்பம் பயப்பதன் காரணம் இவ்வுணர்ச்சிப் பெருக்கேயாம். கவிஞன் பொருளின் அழகில் பெறும் அழகுணர்ச்சி, அவன் கற்பனையில் ஒரு முழு உருவம் பெறுகின்றது. அக்கற்பனையைத் தன் சொல்லாற்றலால் அவன் தன்னுடைய இலக்கியத்தில் வடித்துத் தருகின்றான். அதைப் படிக்கும் போது அக்கற்பனை நம் கண்முன் நின்று அவன் பெற்ற அதே உணர்ச்சியில் நம்மை ஆழ்த்துகின்றது. இலக்கியம் உணர்ச்சியை ஊட்டுவதற்கு உறுதுணையாய் நிற்பது கவிஞனின் கற்பனையே எனலாம். தலைசிறந்த காவியங்கள் அனைத்தும் இத்தகைய கற்பனைக் களஞ்சியங் களாகவே காணப்படுகின்றன. அத்தகைய காவியங்களுள் மிகச் சிறந்தது சீவக சிந்தாமணியாகும். அதனுள் அமைந் துள்ள கற்பனை நயங்கள் சிலவற்றை இக்கட்டுரையில் காண்போம்:

சீவகன் மெய்ப்பொறியும் சேயிழையார் கட்பொறியும்

சீவகன் தண்டகாரணியத்தில் தன் தாய் விசயையைக் கண்டு வணங்கி அவளுடைய வாழ்த்தைப் பெற்று, இராசமாபுரத்தின் அருகேயுள்ள ஒரு சோலையில் தங்கினான். மறுநாள் அவன் இராசமாபுரத்து வீதி வழியே செல்லும் போது அங்குள்ள மகளிர் சீவகனைக் கண்டு அவன் மெய்யழகில் தம் சிந்தையைப் பறிகொடுத்து அறிவு மயங்கினர். இந்நிகழ்ச்சியைத் திருத்தக்கதேவர், ''உப்பங்கழியில் உள்ள மீன்களைப் பறவைகள் கவர்ந்துண்ணுவது போல, அழகு மிக்க நீண்ட கூந்தலையுடைய மகளிரின் ஒளிமிக்க பெரிய கண்கள் முருகனுக்கு ஒப்பான உத்தம குணம் பொருந்திய உடம்பை உடைய சீவகன் அழகைக் கவர்ந்து உண்டன'' என்று கற்பனை செய்கின்றார். இதன் கண் சீவகன் அழகைப் பாவையர் கண்டுகளித்தனர் என்பதுவே ஆசிரியர் கூறும் கருத்து.

ஆனால் அதை அவர் நேர்முகமாகக் கூறாமல் அவர் தம் கற்பனைக்கு நம்மைக் கொண்டு செல்கின்றார். கண்களுக்கு காணுதலாகிய செயலே அன்றி, உண்ணும் செயல் கிடையாது. ஆயின் உண்ணுவதாக அவர் கூறுவது கற்பனையாம்.

''விண்ணகத்து இளையான் அன்ன மெய்ப்பொறி'' என்று சீவகனுடைய வடிவழகைக் குறிப்பதும், ''உப்பங்கழியில் உள்ள மீன்களைப் பறவைகள் கவர்ந்துண்பது போல, ஏழையர் கண்கள் அவ்வழகைக் கவர்ந்துண்டன'' என்று மகளிர் சீவகன் அழகைக் கண்டு மகிழ்ந்ததனைக் கூறுவதும் தனி நயம் பயப்பனவாம். இக்கற்பனை நினைக்குந்தொறும் வியப்பை அளிக்கின்றது.

நீலத்துகிலும் குமரி அன்னமும்

இனி மற்றொரு கற்பனையைக் காண்போம்: இராசமாபுரத்து சோலையில் நங்கையர் பலர் ஆடிப்பாடிக் களித்தனர். சிலர் புனலாடினர். சிலர் பந்தாடினர். சிலர் பாட்டிசைத்தனர். புனலாடியவருள் ஒருத்தி அழகான நீல நிற ஆடையை அணிந்திருந்தாள். அவ்வாடையின் மீது மாணிக்க மணிகள் பொருத்தப்பட்டிருந்தன. அம்மணிகள் செஞ்சுடரை வீசின. அருகே நீரிலிருந்த அன்னம் அச்சுடர்களைத் தாமரை மலர் என்றும், நீலத்துகிலைத் தாமரை இலை என்றும் கருதிற்று. எனவே அது மகிழ்ச்சி பெருக்குடன் சென்று அச்சுடர்களைக் கௌவிற்று. ஆயின் அவை அதற்கு அகப்படாமையால் பெரிதும் வருத்தமுற்றது. நீலத்துகிலைத் தாமரை இலையாகவும், மணியின் சுடரை மலராகவும் அன்னம் கருதியது என ஆசிரியர் கற்பனை செய்துள்ள திறம் மிகவும் இன்பம் பயப்பதாகும்.

தேவரின் படைப்புக் கிளி

அசனிவேகம் என்னும் யானையின் செருக்கை அடக்கிச் சீவகன் குணமாலையைப் பாதுகாத்தான். தன் உயிரைக் காத்த அவன்பால் குணமாலைக்குக் காதல் வளர்ந்தது. அவள் தன் மனையை அடைந்து சீவகனையே நினைந்து நினைந்து நெஞ்சம் உருகினாள். ஊண் உறக்கம் மறந்தாள். தன்பால் சீவகனுக்கு காதல் உண்டோ என அறிய விரும்பினாள். அவள் தன் தோழியை அனுப்பி அவன் மனநிலையை அறிந்துவரச் செய்திருக்கலாம். ஆனால் தேவர் அவ்விடத்தே ஒரு சிறந்த கற்பனையைக் கையாளுகின்றார். அழகான ஒரு கிளியைப் படைத்து அதைச் சீவகனிடம் தூதுவிடும்படிச் செய்கின்றார்.

கிளி சீவகனிடம் தூது சென்றது, அங்கே சீவகன் குண மாலையின் வடிவை ஓவியமாகத் தீட்டிக் கொண்டிருந்தான்.

அப்பொழுது சீவகன் மனைவி காந்தருவதத்தை அங்கு வந்தாள். அவள் குணமாலையின் வடிவத்தைக் கண்டு ஊடல் கொண்டு, அவனை வெறுத்து நீங்கினாள். அவள் நீங்கும் வரையில் கிளி காத்திருந்தது. பின்னர் சீவகனை அணுகி அவன் திருவடிகளை வணங்கிற்று. சீவகன், ''நீ யாது கருதி வந்தனை?'' என்று இனிமையுடன் கேட்டான். கிளி, ''நான் குணமாலை தூது'' எனக் கூறி அவள் காதல் உள்ளத்தை அவனுக்கு அறிவித்து, ''குணமாலை அலங்கரித் துக் கொள்ளுதலைக் கவனிக்கமாட்டாள். பந்தும் கழங்கும் ஆடாள். அவள் பொன்மேனி வெளுத்துப் போய்விட்டது. அவள் யாழையும், உணவையும் விட்டு நீங்கி, உலகத்தை யும் கைவிட்டாள்'' என்று அது குணமாலையின் காதல் நோயைச் சீவகனுக்குக் கூறியது. முடிவில் அது கன்னிமகளிர் தாம் உற்ற காதல் நோயைக் கண் போன்றவர்க்கும் இத்தன்மையது என்று உரையார் ஆதலின், அவள் எனக்கும் உரைக்கவில்லை. யான் மக்களினம் அன்மையின் அவள் நோயை நன்கு அறிந்து கொள்ளவும் முடியவில்லை. ''தோன்றலே நீ அதை அறிவாயோ?'' என்று அவனைக் கேட்டது. அப்பொழுது சீவகன், ''குணமாலையின் சுற்றத் தார் பொருளையும், ஊரையும் தரவேண்டும் என்றாலும் யான் அவற்றைக் கொடுத்து அவளை அடைவேன். நீ சென்று இதை அவளிடம் கூறுக'' என்று கூறினான்.

ஆனால் கிளி அவனைவிட்டு உடனே நீங்கவில்லை. அவன் சொல் தவறுவானோ என்று அதற்கு ஐயம் போலும், அது அவனை நோக்கி, ''குணமாலை வருத்தம் தீரும்படி இவை எல்லாம் என்னால் கூறல் அரிது. நின் காதலை உண்மையென்று உணரும்படித் திருமுகமும், மோதிரமும் தந்தருள்க'' என்று வேண்டிற்று. சீவகன் அதன் விருப்பத்தின் படி அவற்றை அளித்தான். கிளி அவற்றைப் பெற்றுக் கொண்டு பறந்துசென்றது. தூதுவரையும் தூது செயலில் விஞ்சும் வண்ணம் தேவர் கிளியைப் படைத்துள்ளார்.

அழகும், மென்மையும், கொஞ்சு மொழியும் உடைய கிளி தூது உரைக்கும்போது எத்தகையவர் நெஞ்சமும் நெகிழு மன்றோ?

முடிவுரை

இதுவரையும் தேவரின் எண்ணிறந்த கற்பனைகளுள் சிலவற்றைக் கண்டோம். அவற்றில் அமைந்துள்ள நயங் களை ஓரளவு அறிந்து கொண்டோம். அவ்வாறே அவர்தம் காவியத்தில் அமைந்துள்ள பிற கற்பனை நயங்களையெல் லாம் அறிந்து, அவற்றால் உணர்த்தப்படும் உண்மைப் பொருள்களையெல்லாம் உணர்ந்து நனி நலம் பெறுவோமாக.

ஆராய்ச்சிக் கட்டுரை

திருத்தக்க தேவரும், திருவள்ளுவரும்

முன்னுரை

உலகத்துச் சான்றோர்கள் அனைவரும் தாம் தாம் கண்ட உண்மை நெறியை உலகத்தவர்க்கு எடுத்துரைக்கின்றனர். அவர்கள் நெறி ஒன்றற்கொன்று மாறுபடுவதாயினும் அவர்களின் முடிவான நோக்கம் ஒன்றேயாம். இத்தகைய நல்லறிஞர்கள் பலர் நம் தமிழ்நாட்டில் மிகப் பழங்காலந் தொட்டே வாழ்ந்திருக்கின்றனர். அவர்தம் வானளாவிய புகழ் இன்றும் வளர்ந்து கொண்டே போகின்றது. வள்ளுவர், திருத்தக்க தேவர் ஆகியவர்கள் அத்தகைய மங்காப் புகழ் உடையவர்களே. அவர்களைப் பற்றியும், அவர்கள் இயற்றிய நூல்களின் கருத்தொற்றுமை பற்றியும் இக்கட்டுரையில் ஆராய்வோம்:

திருத்தக்க தேவர் சமண சமயத்தைச் சார்ந்தவர். அவர்தம் நூலில் சமண சமயக் கொள்கைகளை ஆங்காங்கே வலியுறுத்திச் செல்கின்றார். தேவர் இளமையிலேயே துறவு பூண்டவர். ஆனால் திருவள்ளுவர் எச்சமயத்தைச் சார்ந்தவர் என்று அறுதியிட்டுக் கூற முடியாது. அவர் எல்லாச் சமயத்தையும் விரும்பும் பெருந்தன்மை உடையவர் என்று கூறலாம். என்றாலும் பழுத்த சமணராகிய தேவரின் கண்ணுக்குத் திருவள்ளுவர் சமணராகவே தோன்றுகின்றார் போலும். காமம், பொய், களவு என்னும் மூன்றையும் கடிந்துரைக்கும் சமண சமயக் கொள்கையும், பிறவும் திருவள்ளுவருடைய நூலில் பேசப்படுகின்றன. திருவள்ளுவருடைய கருத்து சமண சமயக் கொள்கைகளுக்கு முற்றிலும் ஒத்திருப்பதால் திருத்தக்க தேவர் அவரைச் சமணப் பெரியாராகக் கொண்டிருக்கலாம். எனவே திருத்தக்க தேவர் திருவள்ளுவரைப் பின்பற்றிச் செல்கின்றார்.

செல்வத்தின் சிறப்பு

உலக வாழ்விற்குப் பொருள் இன்றியமையாதது. பொருள் இல்லையாயின் அறத்தையும், இன்பத்தையும் அடைதல் இயலாது. அத்தகைய பொருளின் பெருமையை வள்ளுவர்,

"அருளிலார்க்கு அவ்வுலகம் இல்லை பொருளிலார்க்கு
இவ்வுலகம் இல்லாகி யாங்கு"

என்னும் மொழிகளால் புலப்படுத்துகின்றார். சீவகன் பல ஆண்டுகள் கழித்துத் தன் தாயை நேரில் காண்கின்றான். அப்போது அவன் தாயாகிய விசயை, ஒருவர்க்கு வெற்றி, மேன்மை, வலிமை, கல்வி, அழகு முதலியவற்றைப் பொருளே செய்யக்கூடியது என்றும், ஒருவர்க்குப் பொருள் வந்து சேர்ந்தவிடத்து அவர்க்கு வரக்கூடாதன எவையும் இல்லை என்றும் பொருளின் சிறப்பைக் கூறுகின்றார்.

இதனால் வள்ளுவரின் கருத்தைப் பின்பற்றித் தேவர் செல்வத்தின் சிறப்பை உலகத்தவர்க்கு உள்ளவாறு உரைக்கும் விதத்தைக் காண்க.

பகுத்தூண் வாழ்க்கை

செல்வம் நாட்டு மக்கள் அனைவர்க்கும் பயன்படுதற்கு உரியது. ஒரு சிலர் பொருள் பெற்று இன்பம் எய்தவும், பலர் பசிப் பிணியால் வாடவும் உள்ள நிலை பாதகம் உடையதாம். எனவே செல்வர்கள் வறியவர்கட்கு ஈந்து புகழ்பட வாழ வேண்டும் என்றும், ஒருவனுடைய இல்வாழ்க்கை பழியை அஞ்சிப் பொருளீட்டிப் பிறர்க்குப் பகுத்துக் கொடுத்துத் தானும் உண்ணுதலை உடையதாயின் அவனுடைய வழி உலகத்தில் எப்பொழுதும் அழிதல் இல்லை என்றும் வள்ளுவர் வகுத்துரைக்கின்றார். தேவர், 'பிறர்க்குப் பகுத்தளித்துத் தானும் உண்ணாத பாவி விலங்காகப் பிறப்பான்' என்கிறார். ஈண்டு இருவர் கருத்தும் ஒத்திருத்தல் காண்க.

கனிந்த காதல்

பொருளினால் இன்பத்தையும், அறத்தையும் அடையலாம் என முன்னர்க் கண்டோம். அவ் இன்பத்திற்கு அடிப்படை காதலேயாம், திருவள்ளுவர் அக்காதலைச் சிறப்பித்துக் கூறியுள்ளார். திருவள்ளுவர் இல்லற வாழ்க்கையில் இருந்தவர். ஆனால் திருத்தக்க தேவரோ துறவு பூண்டவர். எனினும் திருவள்ளுவரைப் பின்பற்றி அவரும் காதலின் நுணுக்கத்தைப் பேசுகின்றார். சீவகன் கனகமாலையை மணந்து ஏமமாபுரத்தேயிருந்தான். அவனுடைய தோழர்களில் ஒருவனான புத்திசேனன் காந்தருவதத்தை அவனுக்கு எழுதிய கடிதத்தை அவனிடம் கொடுத்தான். அதில் தத்தை காதலன், தலைவியை

நோக்குங்கால் கண் இமைப்பின் அந்த இமைப் பொழுதும் அவன் அவளைப் பாராதவன் ஆகிறான். ஆகையால் அவன் அதையும் பிரிவு என்று கருதிப் பொறுக்க இயலாதவன் ஆகின்றான் என்றும் குறித்திருந்தாள். இவ்வாறு காதற் சுவை நிறைந்த பாடல்கள் பல சிந்தாமணியில் காணப்படுகின்றன. இத்தகைய கனிந்த காதல் மனைவியுடன் மட்டும் நில்லாமல் மாநிலத்தின் மற்ற உயிர்கள் பாலும் பரவி அது அருளாக மாற வேண்டும்.

கொல்லாமையின் சிறப்பு

இனி திருவள்ளுவர் துறவறத்திற்குக் கொல்லாமையாகிய அறம் இன்றியமையாதது என்பதை நன்கு வலியுறுத்தியுள்ளார். திருத்தக்க தேவரும், ஒருவன் தன்னுயிரைத் தான் விரும்பிப் பாதுகாத்தல் போல உலகுயிர்களை நாளும் ஒருவன் ஓம்பி வாழ்வானாயின் அவன் இன்னுயிர்க்கு இறைவனாய் இன்பமூர்த்தியாய் மேனிலை அடைவான் என்று கொல்லாமையின் சிறப்பைக் கூறுகின்றார்.

குடியாட்சியின் சிறப்பு

இவ்விரு பெரும் புலவரும் எடுத்து ஓதும் அறமும், பொருளும், இன்பமும் நாட்டில் நல்லரசு இன்றேல் நின்று நிலவா. நல்லரசின் ஆட்சிக்கு உட்பட்ட நாடே இன்பம் நிறைந்த நாடாகும். நல்லரசர்கள் அருகியமையால் இந் நாளில் கோனாட்சி குறைந்து குடியாட்சி ஓங்கி வருகின்றது. குடிகள் குறையுறாவண்ணம் ஆளும் அரசன் வழி உலகம் நிற்கும். இதைக் குடிமக்களைத் தழுவிச் செங்கோல் செலுத்துகின்ற அரசனுடைய அடிகளை உலகம் தழுவி நிற்கும் என்பார் திருவள்ளுவர். இக்கருத்தை சீவகன்

வாயிலாகத் தேவர் விளக்குகின்றார். சீவகன் தன் மகனுக்கு முடிசூட்டி, ‘குடிமக்கள் பழிக்காமல் அவர்களைப் பாதுகாப்பின் வெற்றி வேலையுடைய அரசர்கள் உன் அடிகளில் வந்து கூடுவர்’ என்று அறிவுரை கூறுகின்றான். இது வள்ளுவர் கருத்தாதல் அறிக.

இல்லாரை எள்ளுதலும் செல்வரைச் சிறப்பித்தலும்

திருத்தக்க தேவர் திருவள்ளுவரின் கருத்துகளைப் பல இடங்களில் அமைத்துப் பாடியுள்ளார். சீவகன் இலக்கணையை மணந்த பிறகு நகர்வலம் வந்தான். அவன் அழகைக் காண மகளிர் மாளிகையின் மேனிலையை அடைந்தார்கள். அம்மகளிர் தம் உறுப்புகளுக்கு எல்லாம் அணிகலன்கள் அணிந்து இடைக்கு மட்டும் ஒன்றும் அணியாமல் விடுத்தனர். அதனால் அப்பாவையரின் இடைகள் உலகில் செல்வர்கட்குத்தான் மக்கள் சிறப்புச் செய்வர். வறியோர்க்குச் சுற்றம் ஏது? வறுமையுற்ற எங்களைப் புறக்கணித்தல்லவோ மற்றைய செழுமையுற்ற உறுப்புகளுக்கு இம்மகளிர் அணிகலன்களை அணிந்தனர் என்று வருந்தினவாம். இதில் ‘இல்லாரை எல்லாம் எள்ளுவர் செல்வரை எல்லாரும் செய்வர் சிறப்பு’ என்னும் குறட்பா கருத்து அமைந்திருப்பது காண்க.

காலனைக் கையால் விளித்தல்

‘கட்டியங்காரன் சீவகன் மாமனாகிய கோவிந்தராசனை இராசமாபுரத்திற்கு வருமாறு ஒரு வஞ்சக ஓலையை அனுப்பினான். விரிசிகன் என்பான் அதைப் படிக்கக் கேட்ட சீவகன், ‘கட்டியங்காரன் கூற்றுவனைத் தானே தன் கையால் அழைக்கின்றான்’ என்று கூறினான். இக்கருத்து, ‘ஆற்றல் உடையார்க்கு அஃது இல்லாதவர் தாமே முற்பட்டுத் துன்பம் தருவனவற்றைச் செய்தல், தானே வரக்கூடிய கூற்றுவனை அது வருவதற்கு முன்னே கைகாட்டி

அழைத்ததனோடு ஒக்கும்' என்னும் குறள் கருத்தோடு ஒத்திருக்கின்றது.

பெண்தகைக் கூற்று

இலக்கணை திருமண மண்டபத்திற்கு வருகின்றாள். அப்பொழுது அரசரெல்லாம் காதல் மிகப் பெற்றனர். அவர்கள், 'விரும்பத்தக்க சிவந்த வாய் முதலியவற்றை உடைய கூற்றுவனை இன்று கண்களால் கண்டோம். அது பெண் தன்மையும், பெரிய அகன்ற கண்களையும் உடையது' என்றனர். இதன் கண், 'யான் கூற்றுவனை முன்பு அறியேன். இப்பொழுது அறிந்தேன். அது பெண் தன்மையினையும் பெரிய விரும்பத்தக்க கண்களையும் உடையது' என்னும் குறள் கருத்து எடுத்தாளப்பட்டிருக்கிறது.

முடிவுரை

மேற்கூறியவற்றால் திருவள்ளுவரும், திருத்தக்க தேவரும் ஒத்த கருத்துடையவர்கள் என்பதையும், தேவர் தாம் இயற்றிய சிந்தாமணியுள் தமக்கு முன் வாழ்ந்த வள்ளுவப் பெருந்தகையாரின் தெய்வத் திருக்குறட் கருத்துகளை ஆங்காங்கே பல இடங்களிலும் எடுத்தாண்டுள்ளார் என்பதையும் ஒருவாறு பார்த்தோம். இவ்விரு பெரு நூல்களையும் நன்கு கற்று இவ்விருவர் தம் பொருண்மொழிகளையும் பொன்னே போல் போற்றி உலகம் உயர் நெறியில் உய்வதாக.

4

வளையாபதி

இந்நூல் இப்பொழுது கிடைக்கவில்லை. வைசிய புராணத்தில் 35-ஆம் சருக்கம் இந்நூலின் கதையைக் கூறுகிறது.

புறத் திரட்டில் சேர்க்கப்பட்டிருக்கும் அறுபத்தாறு பாடல்கள் தவிர, இந்நூல் முழுமையும் இன்று நமக்கு கிடைக்கவில்லை. உரையாசிரியர்கள் உரையிலும் மேற் கோளாகச் சில பாடல்கள் கிடைக்கின்றன. அடியார்க்கு நல்லார் எடுத்துக் காட்டிய பாடல் ஒன்றில்,

"துக்கம் துடைக்கும் துகளறு காட்சியர்
நிக்கந்த வேடத்து இருடி கணங்களை"

என வருவது கண்டு இஃது ஒரு சமண நூல் என்பர். குறள் கருத்துகள் பல இந்நூலில் காணப்படுகின்றன.

நூலாசிரியரைப் பற்றிய குறிப்புத் தெரியவில்லை.

கதைச் சுருக்கம்

சீரும் சிறப்புமிக்க நவகோட்டி நாராயணன் என்னும் வைசிகன் ஒருவன் தன் குலத்தில் ஒரு பெண்ணை மணந்த தோடு அயல் குலத்தைச் சேர்ந்த ஓர் அழகான மாதையும் வதுவை புரிந்து வாழ்ந்து வந்தான். வேற்றுக் குலப் பெண்ணை மணந்ததற்காக வைசியர் குலத்தினர் அவன்பால் வெறுப்புக் காட்டினர். சமுதாயக் கொடுமைக்கு அஞ்சி அவ்வணிகன் அப்பெண்ணைக் கைவிட்டுக் கப்பலேறி

அந்நிய தேசம் சென்றான். கருவுற்றிருந்த அப்பெண் மனம் கலங்கி காளி கோயிலை அடைந்து காளியை இறைஞ்சித் தொழ, ''கலங்காதே, காப்பாற்றுவோம். நீ இங்கேயே தங்கியிரு'' என்று அத்தெய்வம் அபயம் அளித்தது. சின்னாளில் அப்பெண்ணும் அழகிய ஆண் குழந்தை ஒன்றை ஈன்று, அவனை ஐந்து வயது வரை வளர்த்துப் பள்ளிக்கு அனுப்பி வைத்தாள்.

அக்குழந்தை ஒரு நாள் விளையாடும் பொழுது பள்ளித் தோழர்கள், ''அநாதை'', ''தந்தையற்றவன்'' என்று அவனை எள்ளிநகையாடினர். அவன் உள்ளம் பொறுக்காமல் தாயை நாடி ஓடிவந்து, ''தன் தந்தையைக் காட்ட வேண்டும். இல்லாவிடில் இறந்து படுவேன்'' என்று பிடிவாதம் செய்தான். தாயும் தன் குழந்தையிடம் உண்மையை உரைத்து விட்டாள்.

தந்தையின் அடையாளங்களைச் சிறுவன் அறிந்து கொண்டு புகார் நகரம் புகுந்து ஒரு கடையில் தன் தந்தையைக் கண்டு, தான் அவன் குமாரன் எனக் கூறினான். அவன் தாய் கருக்கொண்டது தனக்குத் தெரியாதென்று தந்தை மறுத்தான். சிறுவன் விரைந்து தன் தாயை அழைத்து வந்தான். வணிகர் குழுவினர் அனைவரும் அறிய, காளி வானத்தே தோன்றி, 'இவ்விருவரும் வைர வணிகனாகிய உனக்கு உரியவர்கள்' என்று அருளிச் செய்தாள். பிறகு வணிகன் தன் பிள்ளையையும், மனைவியையும் ஏற்றுக் கொண்டான். சிறுவனும் பொருள் பெற்று வியாபாரம் செய்ய முற்படுகிறான்.

இவ்வாறு வளையாபதி வரலாற்றை வைசிய புராணம் கூறுகிறது. இது சைனமதச் சார்புடைய காப்பியமாகும். கிடைத்த பாடல்களுள் 15 பாடல்கள் உரையுடன் கீழே தரப்பட்டுள்ளன.

வளையாபதி மூலமும், உரையும்

கடவுள் வாழ்த்து

உலக மூன்றும் ஒருங்குடன் ஏத்துமாண்
திலக மாய திறல்அறி வன் அடி
வழுவில் நெஞ்சொடு வாலிதின் ஆற்றவும்
தொழுவல் தொல்வினை நீங்குக என்றுயான்.   1

(இச்செய்யுள் தொல்காப்பியத்திற்கு இளம்பூரண அடிகளார் வகுத்த உரையின்கண் கண்டது.)

மூன்று உலகத்துள்ளும் வாழும் சான்றோர் அனைவரும் ஒருசேர வாழ்த்தி வணங்குதற்குக் காரணமான மாட்சிமை மிக்க திலகமாகத் திகழும் ஆற்றல் மிக்க முற்றறிவையுடைய அருகக் கடவுளின் திருவடிகளை என்னுடைய பழவினைகள் துவரக் கெடுவனவாக என்று கருதியும், யான் காம முதலிய குற்றங்கள் இல்லாத தூய நெஞ்சத்தோடு இருந்து அதற்குக் காரணமான நோன்பினைத் தூயதாகப் பண்ணவும் என் மனமொழி மெய்களால் தொழுது வழிபடுவேன்.

நெஞ்சறிவுறூஉ

நீல நிறத்தனவாய் நெய் கனிந்து போதவிழ்ந்து
கோலம் குயின்ற குழல்வாழி நெஞ்சே
கோலம் குயின்ற குழலும் கொழுஞ் சிகையும்
காலக் கனலெரியின் வேம்வாழி நெஞ்சே
காலக் கனலெரியின் வேலவன் கண்டாலும்
சால மயங்குவது என் வாழி நெஞ்சே   2

என் நெஞ்சமே! நீ நீல நிறமுடையவனாய் நெய்ப்பு மிக்க, சூட்டப்பட்ட மலர்கள் மலரப்பட்டு, ஒப்பனை

செய்யப்பட்ட அழகிய கூந்தலும், அதனால் இயன்ற கொழுவிய கொண்டையும் ஈமத் தீயாகிய நெருப்பின் கண் வெந்தழியும் அல்லவோ? அவ்வாறு ஈமத் தீயின் கண் வெந்து அழிவனவற்றை நீ கண்கூடாகக் கண்டு வைத்தும் அவற்றின் இயல்பு ஓராது பெரிதும் கலங்குவதற்குக் காரணம்தான் என்னையோ? நீ வாழ்வாயாக.

மக்கள் யாக்கையும், செல்வமும் பெறுதல் அரிதெனல்

வினைபல வலியி னாலே

வேறுவேறு யாக்கை யாகி

நனிபல பிறவி தன்னுள்

துன்புறூஉம் நல்லு யிர்க்கு

மனிதரின் அரிய தாகும்

தோன்றுதல் தோன்றி னாலும்

இனியவை நுகர எய்தும்

செல்வமும் அன்ன தேயாம்.

3

பல்வேறு வகைப்பட்ட தீவினைகளின் ஆற்றலால் பல்வேறு வகைப்பட்ட உடம்புகளை உடையனவாகி மிகவும் பலவாகிய பிறப்புகளில் புகுந்து அவ்வப் பிறப்புகளில் எல்லாம் துயரம் எய்துகின்ற நல்ல நம் உயிர்க்கு மக்கள் பிறப்பில் பிறத்தல் மிகவும் அரியதொரு செயலேயாம். ஒரேவழி அரிதாய அம்மக்கட் பிறப்பில் பிறந்தாலும் அம்மக்கட் பிறப்பின்கண் இனிய பொருள்களை நுகர்தற்கு இன்றியமையாததாய் வருகின்ற செல்வந்தானும் அம்மக்கட் பிறப்பு போன்றே பெறுவதற்கரிய தொன்றேயாம். ஆகவே மக்கட் பிறப்பும் மாண்புடையதன்று.

கற்புடை மகளிர்

நாடும் ஊரும் நனிபுகழ்ந்து ஏத்தலும்
பீடு றும்மழை பெய்கெனப் பெய்தலும்
கூடல் ஆற்றவர் நல்லது கூறுங்கால்
பாடு சால்மிகு பத்தினிக்கு ஆவதே, 4

ஒத்த அன்பினால் மனம் இயைந்து கூடி வாழ்கின்ற இல்லற நெறியையுடையோராகிய தலைவன், தலைவியருள் வைத்து நல்ல சிறப்பை ஆராய்ந்து கூறுமிடத்து தாம் பிறந்த நாடும், தாம் வாழ்கின்ற ஊரும் மிகவும் புகழ்ந்து பாராட்டுதலும் பெருமைமிக்க மழை பெய்க என்று ஏவிய உடனே பெய்தற்குக் காரணமான தெய்வத் தன்மையும் அவ்விருவருள்ளும் பெருமை மிக்க கற்புடைய தலைவியால் ஆவனவேயாம்.

கற்பில் மகளிர்

பள்ள முதுநீர்ப் பழகினும் மீனினம்
வெள்ளம் புதியது காணின் விரும்புறூஉம்
கள்ளவிழ் கோதையர் காமனோடு ஆயினும்
உள்ளம் பிறிதாய் உருகலும் கொள்நீ. 5

மீன் கூட்டம் பழைதாகிய ஆழமான நீர் நிலையில் வாழ்ந்தாலும் புதியாதாகிய வெள்ளம் வருமிடத்து அதனைக் கண்டால் தனது பழைய நீர் நிலையை வெறுத்து அப்புதிய வெள்ளத்தில் புகுவதற்குப் பெரிதும் விரும்பும். அங்ஙனமே தேன் துளிக்கின்ற மலர் மாலையணிந்த மகளிர் காம வேளையே கணவனாகப் பெற்று அவனோடு வாழ்வார் ஆயினும், புதிய ஆடவரைக் காணுமிடத்து மனம் மாறுபட்டு அவரைத் தழுவ நினைத்து மனம் உருகும் இயல்புடையர் ஆதலும் நீ குறிக்கொண்டு அவரை விரும்புதல் ஒழிக.

ஐம்பெரும் காப்பியங்கள் ■ 171

மக்கட் பேறு

பொறையிலா அறிவு போகப்
　　புணர்விலா இளமை மேவத்
துறையிலா வசை வாவி
　　துகிலிலாக் கோலத் தூய்மை
நறையிலா மாலை கல்வி
　　நலமிலாப் புலமை நன்னீர்ச்
சிறையிலா நகரம் போலும்
　　சேயிலாச் செல்வம் அன்றே. 6

மகப்பேறு இல்லாதவருடைய செல்வம், பொறுமையில்லாதவருடைய அறிவுடைமையும், இன்பம் தரும் புணர்ச்சி பெறாத இளம் பருவமும், இறங்குவதற்குத் துறையில்லாத தாமரைக் குளமும், ஆடையில்லாத ஒப்பனையினது தூய தன்மையும், மணமில்லாத மலர் மாலையும், நூல்கள் பலவும் கற்றில்லாத புலமைத் தன்மையும், நல்ல நீர் நிலைகள் இல்லாத நகரமும் போன்று சிறிதும் பலனற்றதாகும்.

உண்டி கொடுத்தலின் உயர்வு

துற்றுள வாகத் தொகுத்து விரல் வைத்தது
எற்றுக்கு அஃதென்னின் இது அதன் காரணம்
அற்றமில் தானம் எனைப்பல வாயினும்
துற்றவிழ் ஒவ்வாத் துணிவென்னும் ஆறே. 7

துறவியாகிய நான் சோற்றை மிகுதியாக ஏற்று கையில் ஏந்தி வருதல் கண்டு, அங்ஙனம் செய்வதற்குக் காரணம் என்னையோ? என்பாய் ஆயின், குற்றமில்லாத தானப் பொருள்கள் எத்துணையும் பலவாய இடத்தும் அவை எல்லாம் உண்ணும் சோற்றுக்கு நிகராகா என்பது தெளிவான முடிவு; இதுவே அங்ஙனம் செய்தற்குக் காரணமாம்.

புலால் மறுத்தல்

தகாதுயிர்கொல் வானின் மிகாமையினல் பாவம்
அவாவிலையில் உண்பான் புலால்பெருகல் வேண்டும்
புகாவலைவி லங்காய்ப் பொறாதுபிற ஊன்கொன்று
அவாவிலையில் விற்பானும் ஆண்டதுவே வேண்டுமால். 8

ஊன் உண்ணும் அவாவினால் அதனை விலை கொடுத்து வாங்கித் தின்பவன் தானும் அந்த ஊன் உணவு நாள் தோறும் மிகுதியாக வருதலையே விரும்புவான். தான் வலையிற் பிடித்த விலங்குகளே தனக்கு உணவாகவும், அத்துணையின் அமைதியுறாமல் மேலும் விலை பொருள் பெறுகின்ற அவாக் காரணமாக பிற உயிர் இனங்களைக் கொன்று அவற்றின் ஊன்களைக் கொணர்ந்து விற்பவனும் அவ்விடத்து அவ்வூன் மிகுதியும் கிடைப்பதனையே விரும்புவான். ஆதலால் உயிரைக் கொல்பவனிடத்துப் போலவே தீவினை இவர்களிடத்தும் மிகுவதாம். ஆகவே விலைப்பாலில் ஊன் கொண்டு உண்ணல் அறவோர்க்குத் தகாத செயலாம்.

செவியறிவுறூஉ

உயிர்கள் ஓம்புமின் ஊன்விழைந்து உண்ணன்மின்
செயிர்கள் நீங்குமின் செற்றம் இகந்தொரீ இக்
கதிகள் நல்லுருக் கண்டனிர் கைதொழு
மதிகள் போல மறுவிலிர் தோன்றுவீர். 9

எல்லா உயிர்களையும் அருள்கூர்ந்து காப்பாற்று வீராக! பிற உயிர்களின் ஊனை விரும்பி உண்ணற்க. வெகுள்வதை துவர நீக்கி, காமம் முதலிய குற்றங்களினின்றும் நீங்கி வாழ்வீராக. இவ்வாறு வாழ்வீராயின் மேல் வரும் பிறப்புகளில் மேனிலை உலகங்களில் தேவர் முதலியோராய் அழகின் உருவங்களை அடைந்து உலகத்தவர் கைகுவித்துத்

ஐம்பெரும் காப்பியங்கள்

தொழுகின்ற குளிர்ந்த நிறைத்திங்கள் போன்று குற்றமில்லாத வர்களாய் அருள் நிரம்பி புகழோடு விளங்குவீர்.

பொய்யாமை

பொய்யில் நீங்குமின் பொய்யின்மை பூண்டுகொண்டு
ஐயம் இன்றி அறநெறி ஆற்றுமின்
வைகல் வேதனை வந்துறல் ஒன்றின்றிக்
கொலை யில்உலகு எய்துதல் கண்டதே.   10

பொய் கூறுவதினின்றும் அகலுங்கள். பொய்யாமை என்னும் அணிகலனை எப்பொழுதும் அணிந்துகொண்டு நாள்தோறும் நன்னெறியில் நின்று நல்லறங்களை ஒல்லும் துணையும் செய்யக் கடவீர். இவ்வாறு அறஞ்செய்து வாழ்பவர் தம் வாழ்நாளில் தமக்கொரு துன்பமேனும் வருதலின்றி, இம்மையிலும் இனிது வாழ்ந்து மறுமையிலும் துன்பமில்லாத துறக்க நாட்டினை அடைதல் ஒருதலை என்னும் உண்மை திறலோர்தம் மெய்க் காட்சியாம்.

செல்வ நிலையாமை

வெள்ளம் மறவி விறல்வேந்தர் தீத்தாயம்
கள்வரென்று இவ்ஆறில் கைகரப்பத் தீர்ந்தகலும்
உள்ளில் உறுபொருளை ஒட்டாது ஒழிந்தவர்
எள்ளும் பெருந்துயர்நோய் எவ்வம் இகப்பவோ.   11

செல்வமானது வெள்ளமும், மறதியும், வெற்றியுடைய வேந்தரும், நெருப்பும், தாயத்தாரும், கள்வரும் என்று கூறப்படுகின்ற இந்த ஆறு வழிகளாலும் உடையவனது கையினின்றும் மறைவாக ஒழிந்துவிடும் இயல்புடைய தாகும். ஆதலால் உள்ளீடற்ற பொய்யாகிய பொருளைப் பற்றாமல் துறந்த சான்றோர் பிறர் இகழ்வதற்குக் காரணமான பெரிய துயரங்களைச் செய்யும் பிறவிப் பிணிகளாகிய துன்பங்களை நீங்கி உய்வர்.

இளமை நிலையாமை

வேற்கண் மடவார் விழைவொழிய யாம் விழையக்
கோற்கண் நெறிகாட்டக் கொல்கூற்று உழையதா
நாற்பது இகந்தாம் நரைத்தூதும் வந்ததினி
நித்தல் துணிவாம் நிலையாது இளமையே. 12

நெஞ்சமே! வேல் போலும் கண்களையும், மடப்பத்தையும் உடைய மகளிர் நம்மை விரும்பாமல் புறக்கணிப்பவும் யாம் மட்டும் அம்மகளிரை விரும்பவும் கோலாகிய கண்ணே இனி நமக்கு வழி காட்டும் கருவியாகவும், கொல்கின்ற கூற்றுவன் இடத்திற்கு அணுகியதாகிய நாற்பது ஆண்டு அகவையையும் கடந்து ஒழிந்தோம். சாக்காட்டை அறிவிக்கின்ற மறலியின் தூதாகிய நரையும் வந்துற்றது. இளமை நிலைத்திராதென்றும் உணர்ந்து கொண்டோம் அன்றோ? இனியேனும் துறந்து போதலைத் துணிவோமாக.

பழவினை

உய்த்தொன்றி ஏர்தந்து உழவுழுது ஆற்றவும்
வித்தின்றிப் பைங்கூழ் விளைக்குறல் என்ஒக்கும்
மெய்த்தவம் இல்லான் பொருளொடு போகங்கட்கு
எய்த்துழந் தேதான் இடர்ப்படும் ஆறே. 13

முற்பிறப்பில் செய்த வாய்மையான தவத்தை இல்லாதவன் செல்வம் பெறுவதற்கும், அவற்றான் இன்பம் நுகர்வதற்குப் பெரிதும் முயன்று இளைத்து துன்புறும் வகை எதை ஒக்கும் என்றால் முற்படச் சேர்த்துக் கொள்ளற்கு இயன்ற விதை சிறிதும் இல்லாமல் உழவு எருது, கலப்பை முதலிய கருவிகளைக்கொணர்ந்து உழவுத் தொழிலில் பொருந்தி எருதுகளைச் செலுத்தி மிகவும் ஆழமாக உழுது பசிய பயிரை விளைக்க முயல்வதையே ஒக்கும்.

நட்பு

கெட்டேம் இதுஎம் நிலை என்று சார்தற்கண்
நட்டவர் அல்லார் நனிமிகு பவர்சுற்றம்
பெட்டது சொல்லிப் பெரிதிகழ்ந்து ஆற்றவும்
எட்டவந்து ஓரிடத்து ஏகி நிற்பவே. 14

ஒருவர் தம் கைப்பொருள் இழந்துழி வறுமையுற்று யாம் பெரிதும் கெட்டொழுந்தேகம் இப்பொழுது எம்முடைய நிலைமை பெரிதும் இத்தகைய இன்னாமையுடைய வறுமை நிலை கண்டீர் என்று சொல்லி ஏனையோர்பால் செல்லுமிடத்து வாய்மையாக நட்புச் செய்துள்ளவரையன்றி, ஏனையராகிய மிகமிக நெருங்கிய சுற்றத்தார் தாமும் தாம் விரும்பிய குறிப்பு மொழி கூறி மிகவும் தொலைவில் சென்று ஓரிடத்தில் தம்முள் கூடி மிகவும் இகழ்ந்திருப்பர்.

நல்குரவு

பெண்டிர் மதியார் பெருங்கிளை தானது
கொண்ட விரகர் குறிப்பினின் அஃகுப
வெண்டறை நின்று வெறுக்கை இலராயின்
மண்டினர் போவர்தம் மக்களும் ஒட்டார். 15

வறிய நிலத்தில் உறைந்து கைப் பொருள் இல்லா வறியரானபோது மனைவிமாரும் நன்கு மதிப்பதிலர். நெருங்கிய சுற்றத்தாரும் அங்ஙனமே சிறிதும் மதியார். உறவது சீர்தூக்கி உபாயமாகக் கேண்மை கொண்டுள்ள நண்பர் தாமும் குறிப்பால் உணர்ந்து கேண்மையிற் குறைந்து அகல்வார் ஆகுவர். தம்முடைய மக்கள் தாமும் ஒரு சேர வேறுபட்டு அகன்று போவர்.

பாசண்டச் சாத்தன்

பண்ணால் திறத்தில் பழுதின்றி மேம்பட்ட
தொண்ணூற்று அறுவகைக் கோவையும் வல்லவன்
விண்ணாறு இயங்கும் விறலவர் ஆயினும்
கண்நாறி நோக்கிக் கடுங்கை செய்வான்.   16

பண்திறம் என்று கூறப்படுகின்ற இசை இலக்கணங் களால் சிறிதும் குற்றம் இல்லாமல் மேன்மை பொருந்திய தொண்ணூற்றாறு வகைப்பட்ட சமயத்தருக்கக் கோவை களையும் ஐயம் திரிபறக் கற்றுவல்லுநன் ஆகிய சாத்தன் என்னும் தெய்வம் வான்வழியே செல்லும் வெற்றியை யுடைய கந்தருவர் முதலிய தேவகணத்தாரிடம் தன் கண்ணின் ஒளியை வீசி நோக்கி அச்சுறுத்தி அவர்கள் அஞ்சி நடுங்குதல் கண்டு கடிதாக வெகுளிச் சிரிப்புச் சிரிப்பான்.

5

குண்டலகேசி

நூற்குறிப்பு

இது ஐம்பெருங்காப்பியங்களுள் ஒன்று. கதாநாயகியின் பெயரே இந்நூலுக்கும் பெயர் ஆயிற்று. இது பௌத்த மதச் சார்பு உள்ளது. அம்மத்திற்குப் பெரும் பகையாக இருந்த சமண சமயக் கொள்கைகளை அடக்க எழுந்த ஒரு சொற் போர் நூலே என்பது ஆராய்ச்சியால் புலனாகிறது. இப்போது 19 பாடல்களே கிடைத்துள்ளன.

குண்டலகேசி

பகவான் கௌதம புத்தர் காலத்தில் இருந்தவள் குண்டலகேசி. அவளுடைய வரலாற்றைக் கூறுவதுதான் குண்டலகேசி என்னும் காவியம். இக்காவியத்தை இயற்றிய வர் நாதகுத்தனார் என்னும் பௌத்தர். இவர் எக்காலத்தில் இருந்தார் என்பது தெரியவில்லை. இக்காவியத்திலிருந்து சில செய்யுட்கள் மட்டுமே இப்போது நமக்குக் கிடைத் துள்ளன.

வாழ்க்கை வரலாறு

குண்டலகேசி இராச கிருகத்தில் செட்டி குலம் ஒன்றில் பிறந்தாள். அவளுக்குப் பத்தாதீசா என்னும் பெயர் இட்டனர். அவள் பெரிய பரிவாரம் புடைசூழ வளர்ந்தாள். பருவ காலம் அடைந்தாள். ஒரு நாள் அந்த நகரத்தில்

புரோகிதன் ஒருவனுடைய மகனான சத்துவன் என்பானை வழிப்பறிக் கொள்ளை அடித்ததனால் பிடித்து அரசன் ஆணைப்படி கொல்லும் வண்ணம் கொலைக் களத்துக்குச் சேவகர் இட்டுச் சென்றனர். அவனைப் பத்தா சாளர வழியாகக் கண்டாள். உடனே அவன் மேல் காதல் கொண்டாள். "இவனை அடைவேன் ஆகில் உயிர் வாழ்வேன். இல்லையேல் இறப்பேன்" என்று கூறிக் கொண்டு தன் படுக்கையில் குப்புறப் படுத்தாள்.

அவள் தந்தை அதைக் கேட்டு, ஒரு மகளாதலின் மிகுந்த அன்புள்ள காரணத்தால் ஆயிரம் பொன்கையூட்டாகக் கொடுத்து உபாயத்தினால் அக்கள்வனை விடுவித்து, அவனை நறுமண நீரில் ஆடப்பண்ணி, அணிகலன் பூணுவித்துத் தன் மாளிகைக்கு அனுப்பினான். பத்தாவும் தன் ஆசை நிறைவேறியவளாய்த் தன்னைச் சிறந்த அணிகலன்களால் அலங்கரித்து அவனுக்குத் தொண்டு பூண்டாள்.

சில நாள் கழிந்த பின்பு சத்துவன் அவள் அணிந்திருந்த ஆபரணங்களில் ஆசை வைத்து அவளுக்கு இவ்வாறு கூறலானான்: "பத்தே, என்னை நகரக் காவலன் பிடித்துச் சோரர் மலைக்குக் கொண்டு சென்றபோது, உயிரோடு தப்புவேனாகில் உனக்கப் பலி கொண்டு வந்து தருவேன்' என்று அச்சோரர் மலையில் வாழும் தேவதைக்கு நேர்த்தி பண்ணிக் கொண்டேன். ஆகையால் அதற்குப் பலி கொடுப்பதற்குப் பலியை ஆயத்தம் பண்ணு" என்றான். பலி - படைக்கும் பொருள்.

சோரர் மலை

அவளும் அவன் மனதை உவகை படுத்துவதற்காகத் தேவதைக்குக் கொடுக்கும் பலியை ஆயத்தம் செய்துவிட்டு எல்லா ஆபரணங்களாலும் தன்னை அலங்கரித்துத் தன்

கணவனோடு ஒரு வண்டியிலேறித் தேவதைக்குப் பலி கொடுக்கும் எண்ணத்தோடு சோரர் மலையை ஏறத் தொடங்கினாள். அப்போது சத்துவன் எல்லாரும்கூட ஏறும் பொழுது அவளிடத்திலிருந்து ஆபரணங்களைப் பறித் தெடுத்தல் இயலாத காரியம் என எண்ணினான். உடனே பரிவார சனங்களை அங்கேயே நிறுத்திவிட்டு பலிக்கு வேண்டிய பொருள்களைத் தானே எடுத்துக்கொண்டு மலை ஏறினான். அவ்வாறு ஏறும்போது அவளோடு அன்புப் பேச்சு ஒன்றும் பேசாமல் ஏறினான்.

அவளும் அவன் செய்கைகளால் அவன் எண்ணத்தை ஒருவாறு அறிந்து கொண்டாள். சத்துவன் அவளை விளித்து, "பத்தே! உன் மேலாடையைக் கழற்றி உன் உடலில் அணிந்துள்ள ஆபரணங்களை அதற்குள் முடிச்சாக முடி" என்றான். அதற்குள் அவள், "சுவாமி! நான் என்ன குற்றம் புரிந்தேன்?" என்று அவனை வினவினாள். அதற்கு அவன், "அடி மூடமே, தேவதைக்குப் பலி கொடுப்பதற்குத்தான் இங்கே வந்தேன் என்று எண்ணுகிறாயா? அவ்வாறு உபாயங் கூறி உனது நகைகளைப் பறித்துக் கொள்ளவே இங்கு வந்துள்ளேன்," என்றான்.

அப்போது அவள், "நீங்கள் கூறியவாறே ஆகட்டும். எனக்கு ஒரே ஒரு ஆசையுண்டு. அதை மட்டும் நிறைவேற்றி விடுங்கள். ஆபரணங்களை அணிந்திருக்கும் போது ஒரு முறை தங்களைக் கட்டித் தழுவ என்னை அனுமதியுங்கள்" எனப் பணிந்து கேட்டாள். அவன் அதற்கு இசைந்தான். அவன் இசைந்ததைத் தனக்குச் சாதகமாகக் கொண்டு, அவள் அவனை முன்புறத் தழுவிவிட்டுப் பின்பு பின்புறம் தழுவுதல்போல நடித்து மலையினின்றும் அவனைக் கீழே தள்ளிவிட்டாள். அவன் மலையினின்றும் விழுந்து சிதறி மாண்டான்.

அவள் இவ்வாறு செய்ததை ஆச்சரியத்தோடு பார்த்து நின்ற மலைத் தெய்வம் ஒன்று அவள் சாமர்த்தியத்தை வியந்தது.

பத்தா துறவியாதல்

''நான் வீட்டிற்குப் போதல் நன்றன்று, இப்போதே சென்று துறவியாவேன்'' என்று அவள் எண்ணி நிகண்டத் துறவிகள் வசிக்கும் ஆராமம் சென்று, துறவு நிலையை வேண்டி நின்றாள். துறவி பனங்கருக்கு மட்டையால் அவள் தலை மயிரை வறுகிப் பிடுங்கிய பின் சந்நியாசம் கொடுத்தார். சில நாட்களில் அவளுடைய தலைமயிர் வளர்ந்து குண்டலமாக வளைந்து நின்றது. அதன் காரணமாக அவளுக்குக் குண்டலகேசி என்று பெயர் வந்தது.

வாதம் புரிதல்

அவள் ஆசிரியரிடம் அச்சமயத்தைப் பற்றிப் படிக்கும் காலத்தில் அவர் வாதம் செய்யும் முறையையும் கற்றாள். அதன்பின் இவ்வளவுதான் அவருடைய சமயத்திலுள்ள அறிவு, இதற்கு மேல் அதிகம் இல்லை என எண்ணி அவரை விட்டு வெளியேறினாள். எங்கெங்கு அறிவாளிகள் உளரோ அங்கெல்லாம் போய் அவர் அறிந்த உண்மைகளையெல் லாம் கற்றாள். பின்னர் தன்னோடு வாதம் செய்யச் சமர்த்தர் ஒருவரும் இல்லை எனக்கொண்டு ஊர்கள், சிற்றூர்கள் எங்ஙணும் போய்த் திரிந்தாள்.

அவ்வூர்களுக்குப் போகும்போது அவற்றின் வாயிலில் மணலைக் குவித்து, அக் குவியலின் மேல் சம்பு நாவற் கிளை ஒன்றை நட்டு, ''என்னோடு வாதம் செய்ய வன்மை யுடையோர் யாராவது இங்கு உள்ளாரெனின் அவர் இந்த சம்பு நாவற் கிளையைக் காலால் மிதித்து உழக்குதல்

வேண்டும்'' என்று கூறி அங்குக் கூடிய சிறுவர்களை அழைத்து அதனைப் பார்த்துக் கொள்ளும்படி சொல்லி விட்டுத் தான் ஓரிடத்திற் சென்று தங்குவாள். ஏழு நாட்களுக்கு அச்சம்பு நாவற் கிளை குவியலில் நாட்டிய படியே இருக்குமானால் அதனைக் கையில் எடுத்துக் கொண்டு அவ்வூரைவிட்டுப் போய் விடுவாள்.

சாவந்தி நகரைச் சார்தல்

சாரிபுத்த பெருமான் அற ஆழியை உருட்டிக் கொண்டு சாவந்தி நகருக்கு அருகிலுள்ள சேதவனத்தில் வந்து தங்கினார். குண்டலகேசியும் முற்கூறிய வண்ணம் கிராமம், சிறு கிராமம், நகரம் ஆகியவை தோறும் சுற்றித் திரிந்து, பின் சாவந்தி நகரை அடைந்தாள். அங்கு வழக்கம் போல நகர வாயிலில் மணற் குவியலில் சம்பு நாவற் கிளையை நாட்டிவிட்டு, அங்குக் கூடி நின்ற சிறுவர் கூட்டத்தை அழைத்து அதனைப் பார்த்துக் கொள்ளுமாறு கூறிவிட்டு அந்த நகருக்குள் சென்றாள்.

சாரிபுத்தனைச் சந்தித்தல்

அவள் சென்ற பிறகு அருளாளனான தரும சேனாபதி சாரிபுத்த பெருமான் நகரத்துக்குள் பிரவேசிப்பதற்காகத் தனிமையாய் அவ்வழியே வந்தார். அவர் அச்சம்பு நாவற் கிளையைக் கண்டு அவளை நல்வழிப்படுத்த உளங்கொண்டு அங்கிருந்த சிறுவரை நோக்கி, ''இக்கிளை இவ்வாறு நட்டிருப்பதன் காரணம் என்ன?'' என்று வினவினார். சிறுவர் அதன்காரணத்தைக் கூறினர். அதனைக் கேட்டுத் தேரர், ''அவ்வாறாயின் இக்கிளையைக் காலால் உழக்குங்கள்'' என்றார். அதனைக் கேட்டுச் சிறுவர் அவ்வாறே செய்தனர். உழக்குதல் - மிதித்தல், சிதைத்தல்.

இங்கு இவ்வாறு இருக்க, குண்டலகேசி தன் உணவை முடித்துக் கொண்டு நகரினின்றும் வெளியே வந்து தான் நட்டுவைத்த கிளை உழக்கப்பட்டிருப்பதைக் கண்டாள். அது பற்றி அங்குள்ள சிறுவர்களை விசாரித்தாள். தேரரே அதனை உழக்குவித்தார் என்பதை அறிந்தாள். தேரர் - புத்தத் துறவி. மக்களின்றி வாதம் செய்தால் அது சோபிக்காது என எண்ணி சாவந்தி நகருக்குள்ளே தெரு தோறும் சென்று, "சாக்கிய புத்தனின் சீடன் ஒருவனோடு வாதம் செய்யப் போகின்றேன். வந்து பாருங்கள்" என்று கூவி அழைத்தாள். அங்கிருந்த ஒரு பெரும் கூட்டமான மக்களை அழைத்து வந்து ஒரு மரத்தடியில் அமர்ந்திருந்த தரும சேனாபதியை அணுகினாள்.

குண்டலகேசியின் வாத வினாக்கள்

குண்டலகேசி அவரை வணங்கி, ஒரு பக்கத்தில் ஒதுங்கி நின்று, "நீர்தானோ நான் நிறுத்தி வைத்த சம்புக் கிளையை உழக்குவித்தது?" என்று கேட்டாள். அதற்கு அவர் "ஆம்" என்றார். "அவ்வாறாயின் நான் தங்களோடு வாதம் செய்ய வேண்டும்." என்றாள். "நீ உன் வினாவைக் கேள்" என்றார் தேரர். அவள் தன் மனத்தில் எழுந்த கேள்விகளை ஒன்றன் பின் ஒன்றாகக் கேட்டாள். அதன் மேல் வேறொன்றையும் வினவ முடியாதவளாகி மௌனமாய் நின்றாள்.

அவள் நிலையைக் கண்ட தேரர் கூறலானார்: "நீ என்னிடம் பல வினாக்களை எழுப்பிவிட்டாய். நான் உன்னிடம் ஒரே ஒரு வினாவை மட்டும் கேட்கப் போகிறேன். பதில் சொல். அது யாதெனில், ஒன்றே உளது. அது என்ன?" என்று வினவினார்.

குண்டலகேசிக்கு விடை தெரியவில்லை. "அறியேன் சுவாமி" என்றனள். "இது தெரியாவிட்டால் பயனில்லை" என்று கூறி அவளுக்குத் தருமோபதேசம் செய்தார். அவள்

தேரருடைய அடிகளில் சரணடைந்தாள்.

அப்போது அவர், ''பத்தே, என்னைச் சரணடையாதே. தேவர், மனிதர் எல்லோருள்ளும் சிறந்த ஒருவனாகிய பகவான் புத்த பெருமானையே சரணடைய கடவாய்'' என்று பணித்து அருளினார். ''அவ்வாறே செய்வேன்'' என்று கூறி விடை பெற்றாள்.

ஞான நிலை பெறுதல்

புத்தர் பெருமான் அந்தி நேரத்துத் தருமோபதேசம் செய்யும் வேளையில் குண்டலகேசி அவரது முன்னிலையை அடைந்து தரை மேல் விழுந்து ஐந்து உறுப்புகளினாலும் வணங்கி நின்றாள். குரவர் அவளுடைய ஞான பரிபக்குவ நிலையை அறிந்தார். குண்டலகேசியும் அருகத நிலையை அடைந்தாள். அவள் கேட்டுக் கொண்டபடி பகவான் அவளைத் துறவி ஆக்கினார். பிக்குணிகள் வாழும் மடத்திற் சென்று பிக்குணியாக வாழ்ந்து தான் அடைந்த நிர்வாண, சுகத்தை அனுபவித்துத் தான் பெற்ற பேற்றை உள்ளூர உணர்ந்து அவ்வுணர்ச்சி மேலீட்டினால் மேல் வரும் பாடல்களைப் பாடினாள். அவை யாவன:

அறுசீர் விருத்தம்

வெட்டிய கேசத் தோடும்
விளங்குசேற்று உடலி னோடும்
முட்டரும் அரையின் மீது
முடையுடைக் கந்தை சுற்றி
இட்டமாய்த் திரிந்தேன் முன்னாள்
இனியதை இன்னா என்றும்
மட்டரும் இன்னா உள்ள
பொருளையும் இனிதென் றேனே. 1

நண்பகல் உறங்குஞ் சாலை

நடுநின்றே வெளியே போந்தேன்
தண்புனல் கழுகுக் குன்றம்
தனையடைந்து அலைந்த போது
நண்புடை அறவோர் கூட்டம்
நடுவணே மாசில் தூயோன்
பண்புடைப் புத்தன் தன்னைப்
பாவியேன் கண்டேன் கண்ணால் 2

அண்ணலை நேரே கண்டேன்
அவன் முனே முழந்தா ளிட்டு
மண்ணதில் வீழ்ந்து நைந்து
வணங்கினேன் வணங்கி நிற்கத்
தண்ணவன் என்னை நோக்கித்
தகலொடு பத்தா இங்கே
நண்ணுதி என்றே சாற்றி
நாடரும் துறவை ஈந்தான். 3

அலைந்துமே அங்க நாட்டோடு
அண்டுமா மகத நாடு
மலைந்தபேர் வச்சி யோடு
மன்னுகோ சலமும் காசி
நலந்தரு நாடு தோறும்
நாடினேன் பிச்சைக் காக
உலைந்த இவ் ஐம்ப தாண்டில்
எவர்க்குமே கடன் பட் டில்லேன். 4

துறவியேன் பத்தா கட்டச்
சீவரங் கொடுக்கும் மாந்தர்
முறையுடை மணத்த ராகி
நீள்புவி வாழ்ந்து நாளும்
குறைவில்நல் வினைகள் ஈட்டிக்

கோதின்மெய் அறிவர் ஆகி
முறைமை யாய் மலங்கள் நீங்கி
முத்தியை அடைவார் திண்ணம்   5

குண்டகேசி முதலில் சமணத் துறவியாய் இருந்து பிறகு பௌத்தத் துறவியாக மாறியவள். இப்பாடல்கள் குண்டல கேசியின் வாழ்க்கை வரலாற்றை எளிமையாகவும், தெளிவாகவும், சுவையாகவும் கூறுகின்றன.

முடிவுரை

இக்கதை முன்பு 'மந்திரிகுமாரி' என்னும் பெயரில் சினிமாப் படமாக எடுக்கப்பட்டது. அப்படம் பல மாதங்கள் தொடர்ந்து ஓடி நல்ல வசூலை ஈட்டித் தந்தது. அதன் பாடல்கள் ஒலிப்பதிவு செய்யப்பட்டு இன்றும் பாடப்பட்டு வருகின்றன. அப்பாடல்கள் இன்பம் கொண்டவை, கேட்க இன்பமாய் இருக்கும்.

இதனால் குண்டலகேசி ஒரு பௌத்த நூலென்று தெரிகிறது. இது விருத்தப் பாவால் அமைந்த நூலாகும். வாத நூல்களுள் ஒன்று. இந்நூலுக்கு மறுப்பாகவே நீலகேசி என்ற சமண நூல் எழுந்ததென்று புலப்படுகின்றது. குண்டலகேசி முழு நூலும் இப்போது கிடைக்க வில்லை. குண்டலகேசிப் பாடல்கள் சில புறத்திரட்டில் காணப்படு கின்றன.

'குண்டலகேசி விருத்தம்' என்றும் இந்நூலுக்குப் பெயருண்டு. உயிர்களுக்கு வரும் துன்பங்களுக்குக் காரணம் காம, வெகுளி, மயக்கங்களே என்னும் கோட்பாட்டை யுடைய பௌத்த நூலாசிரியர் அக்குற்றங்களைத் தமது இலக்கியத் தலைவி மீதே வைத்துக் காட்டுவதை யாம் மணிமேகலையிலும் காணலாம். இவ்வரலாறு ஓரளவு மணிமேகலை வரலாறு போலவேயுள்ளது. குண்டலகேசி

யிடம் வாதத்தில் தோல்வியுற்ற நாதகுத்தனார் என்பவரும், இந்நூலாசிரியராகிய நாதகுத்தனாரும் வெவ்வேறு ஆன வர்களா, ஒருவரா என்பது தெளிவாகத் தெரியவில்லை.

குண்டலகேசி முழு நூலும் இப்போது கிடைத்திலது, 19 செய்யுட்கள் மட்டுமே கிடைத்துள்ளன. அவை பௌத்த மதக் கோட்பாடுகளைப் பற்றிக் கூறுகின்றன.

மேற்கண்ட 19 பாடல்களுள் 9 பாடல்களை உரையுடன் கீழே தருகின்றோம். படித்து மகிழ்வீர்களாக.

குண்டலகேசி

கடவுள் வாழ்த்து

முன்தான் பெருமைக்கண் நின்றான்
    முடிவெய்து காறும்
நன்றே நினைந்தான் குணமே
    மொழிந்தான் தனக்கென்று
ஒன்றானும் உள்ளான் பிறர்க்கே
    உறுதிக்கு உழந்தான்
அன்றே இறைவன் அவன்தான்
    சரண்நாங்கள் அன்றே. 1

உலகின்கண் பிறர்யாரும் மெய்யுணர்ந்து வீடு பெற்று நெறியின் கண் நிற்றற்கு முன்பே தான் அம்மெய்யுணர் வினை எய்தித் துறவின்கண் நிலைபெற்று நின்றான் ஆகி, தான் பரிநிர்வாணம் என்னும் அவ்வீடு பேற்றினை எய்தும் அளவும், பிற உயிர்க்கெல்லாம் நன்மை உண்டாகும் நெறியையே ஆராய்ந்து உணர்ந்தான். அந்நாளே அங்ஙனம் தான் ஆராய்ந்துணர்ந்த நல்லறங்களையே மக்கட்குச்

செவியறி உறுத்தினான். தான் தனக்கு என்று யாதொரு நன்மைகளையும் வேண்டாமல், பிறருடைய நன்மையின் பொருட்டே முயன்றான். அத்தகைய சான்றோனாகிய புத்த பெருமானே எமக்குக் கடவுள் ஆவான். ஆதலால் அவ் இறைவன் திருவடிகளுக்கே அடியேங்கள் அடைக்கலமாகி வணங்கினோம் என்பதாம்.

மனம் தூயோர்க்கே இன்பம் உளவாகும் எனல்

வாயுவினை நோக்கியுள மாண்டவய நாவாய்
ஆயுவினை நோக்கியுள வாழ்க்கையது வேபோல்
தீயவினை நோக்கும்இயல் சிந்தனையும் இல்லாத்
தூயவனை நோக்கியுள துப்புரவும் எல்லாம்   2

மாண்புடைய வலிமைமிக்க மரக்கலங்கள் தமது இயக்கத்திற்குக் காற்றினையே பெரிதும் அவாவி இருப்பன வாகும். உயிர்களின் வாழ்வு தானும் தமக்கென ஊழ்வகுத்த வயதையே குறிக் கொண்டிருப்பனவாம். அங்ஙனமே பொறிகளால் நுகரப்படும் நுகர்ச்சிகளும், பிறவுமாகிய நன்மைகள் எல்லாம் தீவினையை நயந்து நோக்கும் நோக்கமும், அத்தீவினை செய்தற்குரிய நெறிகளில் செல்கின்ற நினைவும், தன்பால் சிறிதும் இல்லாத தூய்மையுடைய சான்றோனையே தாம் எய்துதற்குரிய இடமாக எதிர்பார்த்திருப்பனவாம்.

மெய்த்தவம்

போர்த்தலுடை நீக்குதல் பொடித்துகள் மெய்பூசல்
கூர்த்தபனி யாற்றுதல் குளித்தழலுள் நிற்றல்
சார்த்தர்இடு பிச்சையர் சடைத்தலையர் ஆதல்
வார்த்தையிவை செய்தவம் மடிந்தொழுகல் என்றான்.   3

ஆடை முதலியவற்றால் உடம்பைப் போர்த்துக் கொள்ளலும், ஆடை உடுத்தாமல் விட்டு விடுதலும், சாம்பல் முதலியவற்றை உடல் நிரம்பப் பூசிக்கோடலும், மிக்க பனியிலும், மழையிலும் நீருள் குளித்து நின்று அவற்றால் உண்டாகும் துன்பங்களைப் பொறுத்திக் கொள்ளலும், கோடையின்கண் தீயினுள் நிற்றலும், தம் சமயத்தைச் சார்ந்துள்ள இல்லறத்தார் இடுகின்ற பிச்சையை ஏற்றுண்டு திரிதலும், சடை வளர்த்துக்கட்டிய தலையை உடையவராதலும் (அன்றி மழித்த தலையை உடையவர் ஆதலும்) இன்னோரன்ன செயல் எல்லாம் வறிய சொல்லளவேயன்றி, தவ ஒழுக்கம் ஆகமாட்டா, இனி வாய்மையாகச் செய்கின்ற தவ ஒழுக்கம்யாதெனின், மனம் பொறிகள் வழியாகப் புலன்கள் இடத்தே செல்லாமல் அடங்கி ஒழுகும் ஒழுக்கமே யாம் என்று கூறினான்.

நுகர்வினால் அவாஅறுத்தல் கூடாதெனல்

வகைஎழில் தோள்கள் என்றும்
மணிநிறக் குஞ்சி என்றும்
புகழ்எழ விகற்பிக் கின்ற
பொருளில் காமத்தை மற்றோர்
தொகைஎழும் காதல் தன்னால்
துய்த்துயரம் துடைத்தும் என்பார்
அகைஅழல் அழுவம் தன்னை
நெய்யினால் அவிக்க லாமோ! 4

இலக்கண வகுப்பிற்கு இயைந்த தோள்கள் இவனுடைய தோள்கள் என்றும், இவனுடைய மயிர்க்குடுமி நீலமணி யினது நிறம் போன்ற நிறமுடைய குடுமி என்றும், அவற்றிற்கு இல்லாத புகழ் உண்டாகும்படி பலபடப்

பாரித்துக் கூறுவதற்குக் காரணமான வாய்மையின் நோக்கு வார்க்கு ஒரு சிறிதும் பொருள் இல்லாததாகிய காம இன்பங் களை ஒரு தொகுதியாகத் தம்பால் தோன்றுகின்ற காமக் கிளர்ச்சியால் அவற்றையெல்லாம் எய்தி நுகர்ந்து அக்காமக் குணத்தை அழிக்கக் கடவோம் என்று ஒருசிலர் கூறுவர். அங் ஙனம் கூறுவது மடமையாம். எப்படியெனில், எரிகின்ற தீ பற்றிக்கொண்ட காட்டை நெய் பெய்து அவித்தல் சாலுமோ?

கூற்றுவன் கொடுமை

அரவினம் அரக்கர் ஆளி
   அவைகளும் சிறிது தம்மை
மருவினால் தீய ஆகா
   வரம்பில்கா லத்துள் என்றும்
பிரிவில மாகித் தன்சொல்
   பேணியே ஒழுகு நங்கட்கு
ஒருபொழுது இரங்க மாட்டாக்
   கூற்றின்யார் உய்தும் என்பார்.   5

கொடிய நச்சுப் பாம்பு இனங்களும், இரக்கம் என்றொரு பொருள் இல்லாத அரக்கரும், யாளி முதலிய வல் விலங்குகளும் சிறிது காலம் தம்மோடு யாரும் பழகு மிடத்தே அவர்பால் அன்புடையவாய்த் தீமை செய்வன ஆகாவாம். எல்லை இல்லாத தாய் இறந்த காலத்தில் எல்லாம் நாள்தோறும் தன்னோடு பிரியாமல் தன் கட்டளையை மேற்கொண்டு ஒழுகி வருகின்ற மாந்தராகிய நம் பொருட்டு ஒரு சிறிது பொழுதேனும் இரங்கும் இயல்பில்லாத கூற்றுவனுக்குத் தப்பி யாங்கள் உய்ந்திருக்க வல்லேம் என்று கூறவல்லார் யாவரேயுளர்? ஒருவரும் இலர் என்பதாம்.

யாக்கையின் இழி தகைமை

நன்கனம் நாறும் இது என்றிவ்
    உடம்பு நயக்கின்ற தாயின்
ஒன்பது வாயில்கள் தோறும்
    உள்நின்று அழுக்குச் சொரியத்
தின்பதோர் நாயும் இழுப்பத்
    திசைதொறும் சீப்பில்கு போழ்தின்
இன்பநன் னாற்றம் இதன்கண்
    எவ்வகை யால்கொள்ள லாமே.   6

இது நன்றாக நறுமணம் கமழ்கின்றது என்று பாராட்டி இந்த உடம்பு நம்மால் பெரிதும் விரும்பப்படுமானால் மற்று இவ்வுடம்பே அதன்கண் அமைந்த கண் முதலிய ஒன்பது தொளைகளானும் அதன் அகத்தினின்றும் தீ நாற்றமிக்க அழுக்குகள் ஒழுகா நிற்பவும் அதனைத் தின்னும் இயல்புடைய நாய்கள் தம்முள் பகைகொண்டு வாயாற் கௌவி நாற்றிசைகளிலும் இழுத்தலால் இவ்வுடம்பி னின்றும் சீழ் வடிகின்றபோது இவ்வுடம்பின்கண் மனம் இன்புறுதற்குக் காரணமான நறுமணத்தை எவ்வாற்றால் நாம் எய்துதல் கூடும்? கூறுங்கள்.

இறை மாட்சி

இறந்த நற்குணம் எய்தற்கு அரியவாய்
உறைந்த தம்மையெல் லாமுடன் ஆக்குவான்
பிறந்த மூர்த்தியொத் தான்திங்கள் வெண்குடை
அறங்கொள் கோல்அண்ணல் மும்மத யானையான்.   7

மூன்று மதங்களையும் பொழிகின்ற களிற்றியானையை உடையவனும், நிறைத்திங்கள் மண்டிலம் போன்ற வெள்ளிய தன் குடையினால் அறத்தையே குறிக்கோளாகக்

கொண்ட செங்கோல் முறைமையையுடைய இவ்வேந்தன் இவ்வாற்றால் இவ்வுலகத்தை விட்டகன்று போய்விட்ட நல்ல மக்கட் பண்புகள் மீண்டும் மாந்தர் எய்துதற்கு அரியன வாகி இருந்தனவற்றையெல்லாம் மீண்டும் இவ்வுலகத்து மக்களோடு சேர்த்து அவரை உய்விக்கும் பொருட்டு துடித விமானத்தினின்றும் போந்து இந்நிலவுலகத்தில் தோன்றி யருளிய புத்த பெருமானையே ஒத்தவனாய்த் திகழ்ந்தான் என்பதாம்.

குற்றங்கடிதல்

மண்ணுளார் தம்மைப் போல்வார்
மாட்டதே யன்று வாய்மை
நண்ணினார் திறத்தும் குற்றம்
குற்றமே நல்ல வாகா
விண்ணுளார் புகழ்தற்கு ஒத்த
விழுமியோன் நெற்றி போழ்ந்த
கண்ணுளான் கண்டம் தன்மேல்
கறையையார் கறையன்று என்பார். 8

வானுலகத்தில் வாழ்கின்ற தேவர்களும், புகழ்ந்து பாராட்டுதற்கு ஏற்ற சிறப்பை உடையவனும், நெற்றியைப் பிளந்து தோன்றிய நெருப்புக் கண்ணையுடையவனும் ஆகிய சிவபெருமானுடைய மிடற்றின்கண் அமைந்த களங்கத்தை யார்தான் களங்கம் அன்று என்று கூறுவார்? அங்ஙனமே குற்றம் என்பது இவ்வுலகில் வாழும் மக்கள் போல்வார் இடத்து மட்டும் உண்டானது ஒன்றன்று. குற்றமானது மெய்யுணர்வு பெற்ற மேலோர் இடத்துத் தோன்றினும் குற்றமாகவே கொள்ளப்படுவதன்றி, அவர் மேலோர் என்பதற்காக நல்லனவாகிவிடா. ஆதலால் எத்தகையோரும்

தம்மால் குற்றம் நிகழாதபடி விழிப்புடன் இருத்தல் வேண்டும் என்பதாம்.

இடுக்கண் அழியாமை

மறிப மறியும் மலிர்ப மலிரும்
பெறுப பெறும்பெற்று இழப்ப இழக்கும்
அறிவது அறிவார் அழுங்கார் உவவார்
உறுவது உறுமென்று உரைப்பது நன்று.   9

அழியும் பொருள் எல்லாம் அழிந்தே தீரும். அங்ஙனமே வளரும் ஊழ் உடையன எல்லாம் வளர்ந்தே தீரும். பலன் பெறுகின்ற நல்விதி உடையன பெற்றே தீரும். அங்ஙனமே பெற்ற பலனை இழக்கும் விதி உடையன அவற்றை இழந்தே தீரும். ஆதலால் அறிதற்குரிய பொருள் இயல்பை அறிந்த மேலோர் தமக்குப் பொருள் இழவு நேர்ந்துழி இது பொருளின் இயல்பு என்று உணர்ந்து அவ் இழவின் பொருட்டு வருந்துதல் இலர். அங்ஙனமே தாம் சிறந்த பேறுகளைப் பெற்ற வழியும் இஃது ஊழின் செயலென உணர்ந்து அப்பேறு கருதியும் பெரிதும் களிப்பதும் இலர் ஆவர். ஆதலால் 'வருவது வந்தே தீரும்' என்று உலகோர் கூறும் பழமொழி மிகவும் வாய்மையுடையதென்று கொண்மின் என்பதாம்.

சமண - பௌத்த சித்தாந்தங்கள்

ஜைன மதம்

'ஜைனம்' என்பது தமிழில் 'சமணம்' என்று வழங்கப் படுகிறது.

ஜைன மதத்தை ஸ்தாபனம் செய்தவர்களுக்கும், அதை முறையாக வளர்த்தவர்களுக்கும் தீர்த்தங்கரர்கள் என்று பெயர். அவர்களின் எண்ணிக்கை இருபத்து நான்கு. அவர்களுள் ரிஷபர், அஜித்நாதர், அரிஷ்டநேமி ஆகிய மூவர் மிகவும் பெருமை வாய்ந்தவர்கள். அவர்களைப் பற்றி யஜுர் வேதம் மொழிவதே அப்பழைமைக்குச் சான்று. ஆனால் மகாவீரர் என்று அழைக்கப்படும் வர்த்தமான தீர்த்தங்கரர் இருபத்து நான்காமவர் ஆகின்றார்.

ஜைன மதத்தின் கோட்பாடுகளை முறை வகுத்து வைத்தவர் இந்த மகாவீரர், இவர் 2565 வருஷங்களுக்கு முன்பு அவதரித்தவர். ஆதலால் இவர் வயதில் புத்தருக்குச் சற்று மூத்தவர்.

ஜைன மதம் வைதிக மதத்துக்குப் போட்டியாக வந்தது. அதற்கு ஏற்ற காரணமும் உண்டு. கர்ம காண்டத்தை அடிப்படையாகக் கொண்டது வைதிக மதம். அதை ஒழித்தல் வேண்டும் என்பது ஜைன மதம். அகிம்சையை அடிப்படையாகக் கொண்டது ஜைன மதம். பிராமண்யத்தை

யும், புரோகிதக் கோட்பாட்டையும் வளர்ப்பது வைதிக மதம். க்ஷத்திரியப் பரம்பரையையும், தர்மத்தையும் வளர்ப்பது ஜைன மதம். தீர்த்தங்கரர்கள் இருபத்து நான்கு பேரும் க்ஷத்திரிய குலத்தில் பிறந்தவர்கள் என்று அம்மதம் பெருமை பாராட்டுகிறது. மக்கள் எல்லோரையும் சம திருஷ்டியோடு பார்த்து அவர்களிடத்து தர்மத்தை வழங்குப வர்கள் தீர்த்தங்கரர்கள்.

ஆறு தர்சனங்களுள் நியாயம், வைசேஷிகம், சாங்கியம், யோகம் ஆகிய நான்கு தர்சனங்களை ஜைன மதம் ஏற்றுக் கொள்கிறது. கர்மகாண்ட மயமாயுள்ள பூர்வ மீமாம்சத்தையும், ஈசுவரனைப் பற்றிய உத்தர மீமாம்சம் அல்லது வேதாந்தத்தையும் அது அங்கீகரிப்பதில்லை. அதாவது, வேதத்தை அது முற்றிலும் நிராகரிக்கிறது. ஜைன மதப்படி பிரம்மம் என்னும் பரவஸ்துவுக்கு அவசியமில்லை.

சாங்கிய சாஸ்திரம் பகர்கிற பிரகிருதி புருஷன் என்கிற இரண்டு தத்துவங்களே பிரபஞ்சத்துக்குப் போதிய விளக்கங்கள் ஆகின்றன. ஜீவாத்மனுக்குப் பிரகிருதியோடு கூடிய வாழ்க்கை இம்சைக்கு ஏதுவாகிறது. அகிம்சையில் ஜீவாத்மன் உறுதியாக நிலை நின்று பிரகிருயினின்று முக்தியடைய வேண்டும். அறம் அல்லது தர்மத்தை உறுதியாகக் கடைப்பிடிப்பது முற்றிலும் அவசியம்.

இறுதியாகத் தவத்தில் தீவிரமாகப் பிரவேசிக்கும் அளவு ஜீவாத்மன் முக்திக்கு அருகதை உடையவன் ஆகிறான். அறம், பொருள், இன்பம், வீடு ஆகிய புருஷார்த்தங்கள் நான்கையும் ஜைன மதம் ஏற்றுக் கொள்கிறது. ஜீவாத்மன் கல், புல் நிலைகளினின்றும் பர்ணமித்து மேல் நிலைக்கு வந்து மானுடனாகி பிறகு முக்தியடைகிறான்.

இம்முறைகளை மட்டும் திருக்குறள் கையாளுவதால் அதை ஒரு ஜைன மத சாஸ்திரமென்று சொல்லுவார் உளர்.

ஜைன மத அனுஷ்டானம் மூன்று முக்கியமான கோட்பாடுகளையுடையது. அவற்றுக்கு ரத்தினத்திரயம் அல்லது மும்மணிகள் என்று பெயர். சம்யக் தரிசனம், சம்யக் ஞானம், சம்யக் சரிதம் என அவை அழைக்கப்படுகின்றன. தெளிந்ததும் திண்ணியதுமான மனப்பான்மை தத்துவத்தை உள்ளபடி அறிதல், தூய வாழ்வு என்று அம்மணிகள் பொருள்படுகின்றன.

யோக சாஸ்திரம் புகட்டுகிற இமயத்துள் உள்ள பஞ்ச சீலங்களை அல்லது ஐந்து ஒழுக்கங்களை ஜைன மதம் ஆழ்ந்து வற்புறுத்துகின்றது. அவற்றுள் அகிம்சைக்கு அம்மதம் ஆழ்ந்ததும், பரந்ததுமான விளக்கம் தருகிறது. அகிம்சையில் நிலைபெறுவதற்கு ஏற்றவாறே ஆத்மசாதகன் சாதனத்தில் மேல் ஏறுகிறான். இல்வாழ்க்கையிலே இருப்பவர்கள் விரைவில் துறவறம் புகவேண்டுமென்று ஜைன மதம் வற்புறுத்துகின்றது. துறவறத்தில் சுவேதாம்பரர்கள் என்றும், திகம்பரர்கள் என்றும் இரண்டு பிரிவினர்கள் இருக்கிறார்கள். முந்தையவர்கள் வெள்ளை வஸ்திரம் அணிந்தவர்களாகவும், பிந்தியவர்கள் நிர்வாணிகளாகவும் இருப்பார்கள்.

ஜீவாத்மன் சித் சொரூபம் என்பதும், ஆனந்த சொரூபம் என்பதும் ஜைன மதக் கொள்கை. பிரகிருதியாலாகிய தேகத்தில் ஜீவன் பொருந்தியிருப்பதால் ஜீவாத்மன் தனது நிஜ சொரூபத்தை முற்றும் உணர்வதில்லை. தவத்தால் உடல் உணர்வை வெல்லும் அளவு ஆத்ம போதம் மேலோங்கு கிறது. உடலைப் பட்டினி போட்டும், துன்புறுத்தியும் ஆத்ம தியானம் பண்ணும் அளவு சாதகன் விரைந்து மேல் நிலைக்குப் போகிறான். உடல் தளையினின்று முற்றும் விடுபடுவது மோட்சம். சுயப்பிரயத்தனத்தால் தபஸ்வி முக்தி புருஷன் ஆகிறான்.

அறம் அல்லது தர்மம் எல்லா மதங்களுக்கும் பொதுவானதே. அதை ஜைனர்கள் அனுஷ்டிக்கும் முறைக்கு 'ஜின தர்மம்' என்று பெயர். தர்மம், ரத்தினத்திரயம், தபஸ் ஆகியவற்றைத் தீவிரமாக ஒழுகுவதற்கு ஏற்ப மனிதன் கர்மத்தையும், சம்சார சொரூபமாயிருக்கிற பிரகிருதியையும் வெல்லுகிறான். அங்ஙனம் மேல் நிலையை அடை கின்றவர் களுக்கு அருகதர்கள் என்று பெயர். தகுதி வாய்ந்தவர்கள் என்பது அதன் பொருள். பின்பு தகுதியோ ஐந்து படித்தரங்களில் வைத்துப் பகரப்பட்டிருக்கிறது. ஐந்து படித்தரங்களில் உள்ள பெருமக்கள் ஐந்து வகையினர்க்கும் பஞ்ச பரமேஷ்டி என்று பெயர். வகையினர்க்கும் பஞ்ச பரமேஷ்டிகள் என்று பெயர். அவர்களுடைய நிலைகளின் படித்தரங்கள் வருமாறு:

1. சாது பரமேஷ்டி
2. உபாத்யாய பரமேஷ்டி
3. ஆசார்ய பரமேஷ்டி
4. அருகத தீர்த்தங்கர பரமேஷ்டி
5. சித்த பரமேஷ்டி

புத்த மதம்

இன்று புத்த மதம் அல்லது பௌத்த மதம் என வழங்கி வருவது சுமார் 2500 வருஷங்களுக்கு முன்பு கௌதம புத்தரால் துவக்கப்பெற்ற பேரியக்கமாகும். அன்று அந்த இயக்கம் 'தர்மபதம்' என்னும் பெயர் பெற்றிருந்தது. வைதிக மதத்தில் உள்ள கர்ம காண்டத்தை புத்த மதம் அறவே நிராகரிக்கிறது. யாகத்தில் உயிர் பலியிடுவதை விலக்கி வைத்த பெருமை அதனுடையதாம். வேதத்தில் உள்ள ஞான காண்டத்தைப் பற்றி புத்தமதம் உதாசீனமாய் இருக்கிறது. ஆனால் அது தன் போக்கில் ஞான மார்க்கத்திலும், பக்தி மார்க்கத்திலும் முன்னேற்றம் அடைந்திருக்கிறது. பதஞ்சலி

முனிவர் இயற்றிய யோகசாஸ்திரத்தைப் புத்த மதம் ஏற்றுக் கொள்கிறது.

புத்த மதம் ஆஸ்திக மதமும் அன்று; நாஸ்திக மதமும் அன்று. பரம்பொருள் ஒன்று இருக்கிறது என்றோ, இல்லை என்றோ அது விவாதிப்பதில்லை. பரத்தைப் பற்றி எனக்கு ஒன்றும் தெரியாது. தெரிந்துகொள்ள வேண்டிய அவசியமும் இல்லை என்கிறது புத்தமதம். ஆதலால் அது ஆக்ஞேய மதம். (Agnosticism)

ஜீவ தத்துவத்தையும் ஜகத் தத்துவத்தையும் புத்த மதம் ஆழ்ந்து ஆராய்கிறது. பிரபஞ்ச வாழ்வு துக்கமயம் என்பது அதன் கோட்பாடு. இக்கோட்பாடு நான்கு பகுதிகளாகப் பிரிக்கப்படுகிறது.

1. துக்கம் 2. துக்க சமுதாயம், 3. துக்க நிரோதம், 4. துக்க நிரோத காமினி அல்லது துக்கத்தை நீக்குவதற்கான உபாயம்.

காமம் அல்லது ஆசையே பிரபஞ்ச வாழ்க்கையைப் பலகோடி பிறவிகளாக வளர்ப்பதற்குக் காரணமாகிறது. விறகு போடும் அளவு தீ வளர்கிறது. அங்ஙனம் ஆசையை நிறைவேற்றும் அளவு அது வளர்கிறது. ஆசையை ஒழிப்பதே பிறவியை ஒழிப்பதற்கு உற்ற உபாயம். ஆசை அறவே அழியுங்கால் ஜீவ வியக்தி அழிகிறது. மனிதன் தன்னைத் தானே சிருஷ்டித்துக் கொண்டான். தன்னைத் தானே மனமுவந்து கலைத்து விடுவது நிர்வாணம் அல்லது முடிந்த முடிவு.

> "தாமே தமக்குச் சுற்றமும்
> தாமே தமக்கு விதிவகையும்
> யாமார் எமதார் பாசமார்
> என்ன மாயம்?"

என்று யாத்திரைப் பத்தில் மாணிக்கவாசகர் பகர்வது புத்தமதக் கோட்பாடுகளில் ஒன்றாகும்.

"யானே பொய் என் நெஞ்சம் பொய்
என் அன்பும் பொய்"

என்று திருச்சதகம் ஆனந்த பரவசத்தில் பகரப் பெற்றுள்ளது புத்த மதத்தின் அடிப்படைக் கோட்பாடு ஆகும்.

"ஊன் கெட்டு உயிர்கெட்டு
உணர்வுகெட்டு என் உள்ளமும் போய்
நான் கெட்டவா பாடித்
தெள்ளேனம் கொட்டாமோ?"

என்னும் திருவாசகக் கூற்று புத்த மதம் புகட்டுகிற முடிந்த முடிவு ஆகிய நிர்வாணத்துக்கு நல்லதொரு விளக்கமாகும்.

உப்புப் பொம்மை கடலில் கரைவது போன்று நிர்விகற்ப சமாதியில் ஜீவ வியக்தி நிரந்தரமாக அழிகிறது. அகண்ட சச்சிதானந்தம் எஞ்சியிருக்கிறது. அது அத்வைத வேதாந்தம்.

ஆசை அழிந்து போன விடத்து ஜீவ வியக்தி அழிகிறது, அது நிர்வாணம். பிறகு என்ன எஞ்சியிருக்கிறது என்று ஆராய்வதற்கு ஆள் இல்லை. இது புத்த மதம்.

இந்த இரண்டு கோட்பாடுகளுக்கும் இடையில் உள்ள கருத்து ஒற்றுமை சிந்தனைக்கு உரியதாகும்.

புத்த மதம் நாளடைவில், ஹீனயானம் மகாயானம் என இரண்டு பிரிவுகளாக வடிவு எடுத்தது. ஹீனயானம் என்பது எளியமுறை எனவும், மட்டமான முறை எனவும் பொருள்படுகிறது. பிட்சு ஒருவன் உலகத்தைப் பொருள்

படுத்தாமல் அதனின்று விலகியிருந்து கடினமான நெறி களைக் கையாண்டு ஜீவ போதத்தைக் களைந்து நிர்வாண மடைவது இதன் நோக்கமாகும்.

பின்பு மகாயானம் என்பது சிறப்பு முறை எனப் பொருள்படுகிறது. பிற உயிர்களின் நலத்தில் ஈடுபட்டு "தான், தனது" என்பனவற்றைத் துடைப்பது இதன் நோக்கமாகும். விரிவான வழிபாட்டு முறைகள் கிரியா விசேஷங்கள், விழாக்கள், ஆராதனை முறைகள், பலப் பல உபசாரங்களோடுகூடிய பூஜை முறைகள், மந்திரம், தந்திரம், யந்திரம் ஆகியவற்றின் விஸ்தரிப்பு, முத்திரைகள், சின்னங்கள் ஆகியவை ஆராதனையில் இடம் பெறுதல் ஆகிய இத்தனையும் அடங்கல் பெற்றது மகாயானம். பாமரர்க்கிடையில் புத்த மதம் பரவியதற்கு இந்தச் சிறப்பு முறை முகாமையாகும். நாளடைவில் இத்தகைய புத்தமத விளையாட்டில் மேன்மையுற்று வைதிக மதமாக மாறலாயிற்று.

பொருளற்ற ஜீவ வியக்தியை ஆராய்ந்து பார்த்து அதைத் துடைத்துவிடுவது தீவிர அதிகாரிகளுக்கு அது பஞ்ச சீலத்தையும், நான்கு நலன்களையும் புகட்டுகிறது. அகிம்சை, சத்தியம், அஸ்தேயம், பிரம்மச்சரியம், அபரிக்கிரமம் ஆகியவை பஞ்ச சீலங்கள் ஆகின்றன. நல்ல இயல்பு, நல்ல அறிவு, நல்ல இணக்கம், நல்ல வாழ்வு என்பன நான்கு நலன்கள் ஆகின்றன.

குறிப்பு : திருப்பராய்த்துறை ஸ்ரீ இராமகிருஷ்ண தபோவனம் ஸ்ரீமத் சுவாமி சித்பவானந்தர் அவர்கள் திருவாசகத்திற்கு எழுதிய முகவுரையிலிருந்து இப்பகுதி தொகுக்கப் பெற்றது.

■ ■ ■

முடிவுரை

ஐம்பெருங் காப்பியங்கள்
பொதுக் குறிப்புகள்

சிலப்பதிகாரம்

நூலின் பெயர்: சிலப்பதிகாரம்

காலம்: கி.பி. இரண்டாம் நூற்றாண்டு

ஆசிரியர்: இளங்கோவடிகள்

கதை நடைபெறும் இடங்கள்: காவிரிப்பூம்பட்டினம், மதுரை, வஞ்சி.

காண்டங்கள்: மூன்று

காதைகள்: முப்பது

கதாநாயகன்: கோவலன்

கதாநாயகி: கண்ணகி

எதிர்முகம்: பொற்கொல்லன்.

உப பாத்திரங்கள்: மாதவி, கவுந்தியடிகள், மாதரி, பாண்டியன் நெடுஞ்செழியன், அரசி, சேரன் செங்குட்டுவன், மாடலன்.

பாடல் வகை: அகவற்பா. மொத்த அடிகள் 4899 (பதிகம் உள்பட)

சமயம்: சமணக் கொள்கை கவுந்தியடிகள் மூலம் பேசப்படுகின்றது.

இளங்கோவடிகள் சமரச நோக்கோடு சிவன், திருமால், அருகன், கொற்றவை, செய்வேள் என்னும் தெய்வங்களைப் பாடிப் பரவுகின்றார்.

சிறப்பு அம்சம்:

1. முதற்காப்பியம் என்ற பெருமை பெற்றது.

2. கதாநாயகிக்கு இமயத்திலிருந்து கல் கொண்டு வந்து சிலை செய்யப்பட்டு கோயில் கட்டி வழிபடப்பட்டது.

3. தமிழகத்தில் சங்க காலத்தில் மன்னர்களும், வள்ளல்களுமே பாடற்குரிய நாயக நாயகியராக போற்றப் பெற்றிருக்கின்றனர். சிலம்பு, மேகலை ஆகி நூல்களில் நாம் சிறந்த மறுமலர்ச்சியைக் காண்கிறோம். மன்னர் பின்னோரான வணிகர்களின் தகுதியையும் சிறப்பையும் விதந்து கூறும் போக்கில் அமைந்துள்ளன.

4. தமிழன்னையின் காற்சிலம்பாக வைத்துப் போற்றப்படுகிறது.

மணிமேகலை

நூலின் பெயர்: மணிமேகலை

காலம்: கி.பி. இரண்டாம் நூற்றாண்டு

ஆசிரியர்: மதுரை கூலவாணிகன் சாத்தனார்

கதை நடைபெறும் இடங்கள்: காவிரிப்பூம்பட்டினம், மணிபல்லவத்தீவு, வஞ்சி, காஞ்சி.

காதைகள்: முப்பது

கதாநாயகி: மணிமேகலை

எதிர்முகம்: சித்திராபதி (பாட்டி)

உப பாத்திரங்கள்: அறவணவடிகள், மாதவி, சுதமதி, தீவதிலகை, உதயகுமாரன், காஞ்சனன், காயசண்டிகை, மணிமேகலா தெய்வம், ஆபுத்திரன், ஆதிரை முதலியோர்.

பாடல் வகை: அகவற்பா

மொத்த அடிகள்: 4856 அடிகள்

சமயம்: பௌத்தம் - அறவண அடிகள் மூலம் பேசப் படுகிறது.

சிறப்பு அம்சங்கள்: பௌத்த கொள்கைகளைக் கதாநாயகியே பிரசாரம் செய்கிறாள்.

பிற சமயவாதிகளோடு வாதம் செய்கிறாள்.

அமுதசுரபியைக் கொண்டு அன்னதானம் செய்து பசித்துன்பத்தைப் போக்கினாள்.

கதாநாயகி சோழனைக் கொண்டு சிறைச்சாலையை அறச்சாலையாக்கினாள்.

பௌத்த துறவியாகவே காலங் கழித்தாள்.

இந்நூல் தமிழன்னையின் மேகலையாகவே திகழ்கிறது.

கதாநாயகியின் பெயரே நூலுக்கும் பெயர் ஆயிற்று.

சீவக சிந்தாமணி

நூலின் பெயர்: சீவக சிந்தாமணி

காலம்: கி.பி ஏழாம் நூற்றாண்டு

ஆசிரியர்: திருத்தக்க தேவர்

சமயம்: சமணம்

கதாநாயகன்: சீவகன்

கதாநாயகியர்: மனைவியர் எண்மர்

எதிர்முகம்: கட்டியங்காரன்

உப பாத்திரங்கள்: சச்சந்தன், விசயை, நந்தட்டன், கந்துக்கடன், நண்பர்கள் ஆகியோர்.

பாடல் வகை: விருத்தப்பாடல்கள்

பாடல்கள்: 3145 விருத்தங்கள்

சிறப்பு அம்சங்கள்: எண்மரை மணந்தது; யாழ் வென்றி; வில், வாள் இவற்றில் நல்ல தேர்ச்சி. பௌத்த கொள்கைகளை ஆசிரியர் விரிவாக ஆங்காங்கே கூறுகின்றார். இந்நூல் தமிழ் அன்னைக்குச் சிந்தாமணியாக விளங்குகிறது.

கதை வடமொழியிலிருந்து தமிழில் மொழி பெயர்க்கப்பட்டது. சிறந்த இன்ப நூலாகப் போற்றப்படுகிறது.

உட்பிரிவு: பதிமூன்று இலம்பகங்களாகப் பிரிக்கப்பட்டுள்ளது.

வளையாபதி

நூலின் பெயர்: வளையாபதி

நூல் முழுவதும் இப்போது கிடைக்கவில்லை. 66 பாடல்களே கிடைத்துள்ளன.

காலம்: கி.பி. ஏழாம் நூற்றாண்டு

நூலாசிரியரின் பெயர்: தெரியவில்லை

சமயம்: சமணம்

கதாநாயகன்: நவகோட்டி நாராயணன்.

பாடல்கள்: மேற்கண்ட 66 பாடல்களுள் அறத்தைப் பற்றிய 16 பாடல்கள் உரையுடன் இந்நூலில் சேர்க்கப்பட்டுள்ளன.

சிறப்பு அம்சம்: தமிழ் அன்னையின் வளையல்களாக இந்நூல் திகழ்கிறது என்பர்.

பாடல்கள்: விருத்தப் பாடல்கள். நூல் முழுவதும் கிடைக்காமையால் வேறு ஒன்றும் சொல்வதற்கில்லை.

குண்டலகேசி

நூலின் பெயர்: குண்டலகேசி

காலம்: கி.பி ஏழாம் நூற்றாண்டு

சமயம்: பௌத்தம்

நூல் ஆசிரியர்: நாதகுத்தனார்

கதாநாயகி: குண்டலகேசி

கதாநாயகியின் பெயரே நூலுக்கும் பெயராயிற்று. அவள் பெண் துறவியாக மாறினாள்.

எதிர்முகம்: கணவனாகிய சத்துவன்

நூல்: விருத்தப்பாக்களால் ஆனது. நூல் முழுதும் கிடைக்கவில்லை. 19 பாடல்களே கிடைத்துள்ளன. அவற்றுள் 9 பாடல்கள் உரையுடன் இந்நூலில் சேர்க்கப்பட்டுள்ளன.

கதைப் போக்கு: மணிமேகலையை ஒத்திருக்கிறது. தமிழ் அன்னையின் காதணியாக (குண்டலமாக) இந்நூல் விளங்குகிறது.

❑ ❑ ❑

விபரீத விவசாயமும் நமது வாழ்வும்!

டாக்டர். மோகன்தாஸ், எம்.டி., டி. எம்.,

1

நமது இரத்தத்தில் நஞ்சு கலந்து நாமே நஞ்சாகிப் போன விபரீதம்தான் நாகரீக குளிர்பானங்களும், நவீன வேளாண்மையும் நமக்கு வழங்கியுள்ள பரிசு.

பஞ்சாப் மாநில கிராமங்களில் உள்ள விவசாயக் குடும்பத்தைச் சார்ந்தவர்களைப் பரிசோதித்தபோது டி.டி.டி. - எச்.சி.எச் - லின்டேன் - குளோரோசன் - எண்டோசல்ஃபான் - மானோகுரோட்டோஃபோஸ் - கெட்டாசிபர் ஃபாஸ்மால்மிடான் - மாலதியான் - குளோராபைரி பேஸ் போன்ற நச்சுப் பொருட்கள் அவர் களின் இரத்தத்தில் அளவுக்கு அதிகமாக கலந்திருப்பது கண்டறியப்பட்டது.

2

இந்தியாவின் முக்கிய உணவுப் பொருட்களான அரிசி, கோதுமையில் கலந்துள்ள பூச்சிக் கொல்லி, வேதிப் பொருட்கள், வளர்ந்த நாடுகளுடன் ஒப்பிடும் போது 40 விழுக்காடு அதிகம் என்று உலக சுகாதார நிறுவனம் தெரிவிக்கின்றது.

தினந்தோறும் நாம் பயன்படுத்தும் காய்கறிகள் இறைச்சி, பால், முட்டை போன்ற 210 தானிய வகைகளில் சோதனை நடத்தப்பட்டபோது 108 வகைகளில் அனுமதிக் கப்பட்ட அளவினைவிட 150 மடங்கு நச்சுத்தன்மை அதிகம் இருப்பது தெரியவந்துள்ளது!

3

உலக சுகாதார நிறுவன ஆய்வு அறிக்கையின்படி நாம் உண்ணும் உணவில் டைகுளோரோடை ஃபினில், ட்ரைகுளோரோ ஈதேன், பி.எச்.பி, எண்டோசால்வன், மாலதியான் போன்ற பூச்சிக்கொல்லி வேதிப்பொருட்கள் மற்ற நாட்டினரைவிட 40 மடங்கு அதிகமாக இருப்பதைச் சொல்கிறது.

அதுமட்டுமல்ல, உலகச் சுற்றுச் சூழல் கண் காணிப்புக் குழுமம் உலகின் பல்வேறு நாடுகளில் நடத்திய ஆய்வில் இந்தியத் தாய்மார்களின் தாய்ப்பாலில் கலந்துள்ள டி.டி.டி.யின் அளவு, மற்ற நாடுகளில் உள்ள தாய்மார்களின் தாய்ப்பாலில் உள்ளதை விட 8 விழுக்காடு அதிகம் என்ற அதிர்ச்சிகரமான முடிவினை அறிவித்துள்ளது!

4

திருவனந்தபுரம் மருத்துவக்கல்லூரி மருத்துவர் டி.கே.செனாய் என்பவரின் ஆய்வில் (கேரளாவின் கட்நாடு பகுதியில் மட்டும்) பத்தாண்டுகளில் சராசரியாக 1 ஏக்கருக்கு 3.8 டன் பூச்சிக்கொல்லி மருந்து மட்டும் பயன்படுத்தப்பட்டிருப்பதாக சொல்கிறார்.

அதன் பயனாக பயிர்கள் மட்டுமல்ல, பழங்களும் நமக்குப் பகையாயிற்று. அதன் விளைவு தோல், வயிறு, மூளை, உதட்டுப் பாகங்களில் புற்று நோய் அறிகுறிகளும், கண் பார்வை இழப்பு, நாளமில்லா சுரப்பி குறைபாடு, இரத்த சோகை பாதிப்பு ஆகியன அதிக அளவில் இருப்ப தாகவும் தெரியவந்துள்ளது.

5

நவநாகரீக கலாச்சார சின்னமான குளிர்பானங் களினால் நமது இரத்தத்தில் என்னவெல்லாம் கலக்கப் படுகின்றது, அதன் பாதிப்புகள் என்னவென்று தெரியுமா?

வருடத்திற்கு 70 கோடி அமெரிக்க டாலர்கள் செலவு செய்து பல்வேறு வழிகளில் விளம்பரப்படுத்தி விற்பனையாகிக் கொண்டிருக்கின்ற, நாமும் பருகிக் கொண்டிருக்கின்ற அயல்நாட்டு குளிர்பானங்களில் 'பாஸ்ஃபோரிக் அமிலம்' என்றொரு வேதிப் பொருள் உள்ளது.

அதில் உள்ள பாஸ்ஃபேட் இரத்தத்தில் கலப்பதால் அதற்கு சமமான அளவு கால்சியம் நமது எலும்புகளிலிருந்து பிரித்தெடுக்கப்படுகின்றது. இந்த பாஸ்ஃபோரிக் அமிலம் சிறுநீரில் வெளியேறும் போது நமக்குத் தேவையான கால்சியத்தையும் சேர்த்து எடுத்துக்கொண்டே வெளியாகிறது. எனவே எலும்புகளும், பற்களும் வலுவிழக்கின்றன.

ஒரு குவளை 'கோக்கில்' உடைந்த ஒரு பல்லைப் போட்டு விட்டு - 5 நாட்கள் கழித்துப் பார்த்தால் பல் இருக்காது! ஏனெனில் அது கரைந்து போயிருக்கும்!

6

ஆழ்குழாய்க் கிணறுகளின் மூலம் நாளொன்றுக்கு அதிகபட்சமாக 15 லட்சம் லிட்டர் நீரை உறிஞ்சி எடுத்துத் தயாரிக்கப்படுகின்ற குளிர் பானத்தில் நிலத்தடி நீரில் உள்ள குளோரின், ட்ரை ஆலோமீதேன்கள், காரியம், காட்மியம் போன்ற பல்வேறு வேதிப்பொருட்களும் நமது இரத்தத்தில் கலக்கின்றன.

ஒரு பாட்டில் கோலாவில் 10 டீஸ்பூன் சர்க்கரை (150 கலோரி எரிசக்தி) 55 மி.கி. காஃபின் சேர்க்கப்பட்டு மேலும் சுவையூட்ட அமெரிக்க சோளத்திலிருந்து பெறப்படுகின்ற இனிப்பும் சேர்க்கப்படுகின்றது. விளைவு: உடலில் இனிப்பு கூடக்கூட இன்சுலின் அதிகரித்து இதய நோய், உயர் ரத்த அழுத்தம், இரத்தக் கொதிப்பு, நீரிழிவு, சிறுநீரக பாதிப்பு என ஒவ்வொரு நோயாக வந்து சேரும்.

தில்லியில் உள்ள அறிவியல் மற்றும் சுற்றுச்சூழல் மையம் செய்த ஆய்வு முடிவுகள் அவர்களது பத்திரிகை யான Down to Earth ஆகஸ்ட் 15, 2006ஆம் இதழில் வெளியிடப்பட்டுள்ளது.

மொத்தத்தில் நவீன வேளாண்மையும் நாகரீகக் குளிர்பானங்களும் நமக்கு வழங்கியது நம்முடைய இரத்தத்தை விஷமாக்கியதுதான்!

7

நம்முடைய மண்ணில் கிடைக்கக்கூடிய இளநீர், பழரசங்கள், தானியக்கூழ்கள், எலுமிச்சைச் சாறு போன்ற வற்றைப் பருகி இரத்தத்திற்குத் தேவையான கனிமப் பொருட்களையும், சக்திகளையும் கொடுத்து நமது இரத்தத்தினை நாமே சுத்தப்படுத்திக் கொள்ளலாம்.

நமது உணவில் முளைகட்டிய பயிர்களையும், காய்கறிகளையும், பழங்களையும் சேர்ந்து உண்பதினால் நமது இரத்தத்தினை அதிகப்படுத்தி மற்றவர்களுக்கும் வழங்கலாம். நம் உடம்பில் உள்ள இரத்தம் நமக்கு மட்டுமே ஆனதல்ல. நாம் வழங்கும் இரத்தம் குறைந்த பட்சம் ஒரு வாரத்திற்குள் மீண்டும் உற்பத்தியாகிவிடும்.

நாம் வழங்கியதை தானம் என்றுகூட சொல்ல முடியாது. அது மனித நேயத்தின் வெளிப்பாடு. "ஈதல் இசைபட வாழ்தல்" என்ற வள்ளுவன் வாக்கினை வாழ்க்கை யாக்குவோம். வழங்குவோம், வாழவைப்போம்.

நன்றி: ஹெல்த் & பியூட்டி,
ஆகஸ்ட், 2007

உறவுகள் மேம்பட...

குடும்பத்திலும் சரி, அலுவலகத்திலும் சரி, மனித உறவுகளில் விரிசல்கள் ஏற்படாமல் இருக்கவும், ஏற்பட்ட விரிசல்கள் மேலும் பெரிதாகாமல் இருக்க :

- ◆ நானே பெரியவன், நானே சிறந்தவன் என்ற அகந்தையை (Ego) விடுங்கள்.
- ◆ அர்த்தமில்லாமலும் பின்விளைவு அறியாமலும் பேசிக் கொண்டேயிருப்பதை விடுங்கள். (Loose Talk)
- ◆ எந்த விஷயத்தையும் பிரச்சினையையும் நாசுக்காக கையாளுங்கள். (Diplomacy) விட்டுக் கொடுங்கள் (Compromise)
- ◆ சில நேரங்களில் சில சங்கடங்களைச் சகித்துத்தான் ஆக வேண்டும் என்பதை உணருங்கள் (Tolerance)
- ◆ எல்லோரிடத்திலும் எல்லா விஷயங்களையும், அவர்களுக்கு சம்பந்தம் உண்டோ, இல்லையோ சொல்லிக் கொண்டிருக்காதீர்கள்.
- ◆ உங்கள் கருத்துகளில் உடும்புப் பிடியாய் இல்லாமல், கொஞ்சம் தளர்த்திக் கொள்ளுங்கள். (Flexibility)
- ◆ மற்றவர்களுக்குரிய மரியாதையை காட்டவும், இனிய, இதமான சொற்களைப் பயன்படுத்தவும் தவறாதீர்கள் (Courtesy)
- ◆ புன்முறுவல் காட்டவும், சிற்சில அன்புச் சொற்களை சொல்லவும்கூட நேரமில்லாதது போல் நடந்து கொள்ளாதீர்கள்.
- ◆ பிரச்சினைகள் ஏற்படும் போது அடுத்தவர் முதலில் இறங்கி வர வேண்டும் என்று காத்திருக்காமல் நீங்களே பேச்சைத் துவக்க முன் வாருங்கள்.